அடுத்த கட்டம்

(தமிழின் முதல் பிஸினஸ் நாவல்!)

அடுத்த கட்டம்

(தமிழின் முதல் பிஸினஸ் நாவல்!)

என். சொக்கன்

ZDP SPECIFICS

Title: Aduththa Kattam
Author's Name: N Chokkan

Published by ZDP Specifics

ZDP
SPECIFICS

(An imprint of Zero Degree Publishing)
No. 55(7), R Block, 6th Avenue,
Anna Nagar,
Chennai - 600 040

Website: www.zerodegreepublishing.com
E Mail id: zerodegreepublishing@gmail.com
Phone: 89250 61999

ZDP Specifics First Edition: August 2022
ISBN: 978-81-956735-8-2
TITLE NO EP: 22
Rs.

Cover Design & Layout: Vijayan Creative Studio
Printed in India

முன்னுரை

எனது அலுவல் நிமித்தமாகவும், சொந்த ஆர்வம் காரணமாகவும் ஆங்கிலத்தில் பல்வேறு 'பிஸினஸ் நாவல்'கள் படித்திருக்கிறேன். பல சிக்கலான விஷயங்களைக்கூடச் சுவாரஸ்யமான கதை வடிவில் எல்லோருக்கும் புரியும்படி விவரிக்கும் இந்த நாவல்களின்மூலம் நான் அனுபவித்துக் கரைத்த நேரங்களும் நிறைய, அலுங்காமல் கற்றுக்கொண்ட விஷயங்களும் நிறைய!

அநேகமாகப் பூமிப் பந்தில் இருக்கும் எல்லா மேலாண்மை, சுயமுன்னேற்றம் சார்ந்த விஷயங்களையும் கதைகளாகச் சொல்லும் இதுபோன்ற நாவல்களைப் படிக்கும்போதெல்லாம் எனக்குள் ஒரு கேள்வி எழும். 'தமிழில் இப்படி யாரும் முயற்சி செய்யவில்லையே. ஏன்?'

இந்தக் காலகட்டத்தில்தான் 'குங்குமம்' வார இதழுக்காக ஒரு தொடர் எழுதும் வாய்ப்புக் கிடைத்தது. துணிந்து இந்த 'பிஸினஸ் நாவல்' யோசனையை முன்வைத்தேன். 'தொடர்கதையாக எழுதும்போது பல வாரங்கள் ஒரே விஷயத்தைச் சொன்னால் கொஞ்சம் போரடிக்கும், அதற்குப் பதிலாக ஒவ்வோர் அத்தியாயத்திலும் புதுசாக, வித்தியாசமாக எதையாவது கதையோடு கலந்து சொல்லலாம்' என்றேன்.

பொதுவாகத் தமிழ்ப் பத்திரிகைகளின் ஃபார்முலாவுக்குப் பொருந்தாத இந்த ஐடியாவை ஏற்றுக்கொண்டு அருமையான களம் அமைத்துத் தந்த ‘குங்குமம்’ ஆசிரியர் குழுவினருக்கு என் நன்றி. குறிப்பாக திரு. தி. முருகன், திரு. வள்ளிதாசன் இருவருக்கும், மிக வித்தியாசமான உத்திகளைக் கொண்டு ஓவியங்களை வரைந்து இந்தத் தொடரை அடுத்த கட்டத்துக்குக் கொண்டு சென்ற ஓவியர் ஸ்யாமுக்கும், தமிழின் முதல் பிஸினஸ் நாவலான இதனைப் புத்தகமாக வெளியிடும் பதிப்பகத்தாருக்கும் கோடி நன்றிகள்!

என்றும் அன்புடன்,
என். சொக்கன்,
பெங்களூரு.

1

அதிகாலையில், ராகவேந்தர் தனது தினசரி வழக்கம்போல் 'எகனாமிக் டைம்'ஸைப் பிரித்துக்கொண்டிருந்தபோது, அந்தத் தொலைபேசி அழைப்பு வந்தது.

அவர் ஒரு விஷயத்தில் ஈடுபட்டிருக்கும்போது, யாரும் எதற்காகவும் தொந்தரவு செய்வது ராகவேந்தருக்குப் பிடிக்காது. ஆனால், செல்ஃபோன்களையும் டெலிஃபோன்களையும் உடைத்துப் போட்டுவிடுகிற அளவுக்கு உலகம் இனிமேல் எளிமையாகிவிடப்போவதில்லையே. எரிச்சலுடன் செய்தித்தாளை சோஃபாமீது விசிறியடித்துவிட்டு, ஃபோனைப் பிரித்து, 'யெஸ்' என்றார் அதட்டலாக.

'சார், நான்தான் சுந்தர்ராமன்', என்றது மறுமுனை.

'ம், சொல்லுங்க', என்றார் அசுவாரஸ்யமாக, 'என்ன காலங்காத்தாலே ஃபோன் பண்றீங்க? ஏதுனா பிரச்னையா?'

'ஆமாம் சார்', அழாக்குறையாகச் சொன்னார் சுந்தர்ராமன், 'ரொம்பப் பெரிய பிரச்னை.'

ராகவேந்தர் கொஞ்சம் நிமிர்ந்து உட்கார்ந்தார், 'என்னாச்சு சுந்தர்ராமன்?'

‘இப்பதான் எனக்கு ஒரு அனானிமஸ் கால் வந்தது சார்’, என்றார் அவர், ‘நம்ம ஃபேக்டரிமேல நிறைய கம்ப்ளைன்ட்ஸ் வந்திருக்காம். அடுத்த வாரம் ஆடிட் வரப்போறாங்களாம்.’

‘ஆடிட்-டா?’, நம்ப முடியாத திகைப்பு ராகவேந்தரின் புருவங்களில் ஏறி உட்கார்ந்துகொண்டது, ‘அரசாங்கத்திலிருந்தா?’

‘இல்லை சார், நம்மோட முக்கியமான கஸ்டமர்கள்ல ஒருத்தர்-ன்னு சொல்றான். ஆனா, அது யார்ன்னு நேரடியாச் சொல்லமாட்டேங்கறான்.’

ராகவேந்தருக்குச் சிறிது நேரம் என்ன பேசுவதென்றே தெரியவில்லை. மெல்ல எழுந்துகொண்டவர் அறையில் குறுக்கும் நெடுக்கும் நடந்தபடி தீவிரமாக ஏதோ யோசிக்கத் தொடங்கினார்.

‘சார், இருக்கீங்களா?’

‘ம்ம், யோசிச்சிட்டிருக்கேன்’, என்றார் அவர், ‘நாம இப்ப என்ன பண்ணணுமாம்?’

‘அதுதான் சார் சரியாப் புரியலை. என்ன பிரச்னைன்னு தெரிஞ்சாலாவது கொஞ்சம் யோசிச்சு எதையாவது செய்யலாம், இப்படி மொட்டைத் தாத்தா குட்டையில விழுந்தான்-னு யாரோ திடீர்ன்னு ஃபோன் பண்ணினா, அதை நம்பறதா, வேணாமா-ன்னுகூட தயக்கமா இருக்கு.’

‘அந்தச் சந்தேகம் எனக்கும் இருக்கு சுந்தர்ராமன். ஆனால், இந்தமாதிரி விஷயத்தில நாம ரிஸ்க் எடுக்கவேகூடாது’, என்றார் ராகவேந்தர், ‘நான் இப்போ கிளம்பி ஃபேக்டரிக்கு வர்றேன், நீங்க எல்லா மேனேஜர்ஸையும் அங்கே வரச் சொல்லிடுங்க, இதைப்பத்தி உடனடியாப் பேசி ஒரு முடிவெடுத்துடுவோம்’

‘ஓகே சார்.’

‘யார்கிட்டயும் இந்த விஷயத்தைச் சொல்லவேண்டாம், அவசர மீட்டிங்-ன்னுமட்டும் சொன்னாப் போதும்’, என்றார் ராகவேந்தர், ‘ஒரு மணி நேரத்தில நான் அங்கே இருப்பேன்’

செல்ஃபோனை சோஃபாமீது வைத்தபோது, அங்கிருந்த செய்தித்தாள் அவரைப் பரிதாபமாகப் பார்க்கிறாற்போலிருந்தது. அதனுள் எத்தனை முக்கியமான விஷயங்கள் இருக்கிறதோ என்று பெருமூச்சுடன் நினைத்துக்கொண்டார் அவர். இன்றைக்கும் நிதானமாக பேப்பர் படிக்கிற பாக்கியம் இல்லை.

ஆனால், நின்று கவலைப்பட்டுக்கொண்டிருக்க இப்போது நேரமில்லை. கடமை அழைக்கிறது, அல்லது புதுத் தலைவலிகள் அழைக்கின்றன. அவசரமாகக் குளிக்கக் கிளம்பினார் அவர்.

அடுத்த அரை மணி நேரத்தில், டிரைவர் வேலுவின் சல்யூட்டைக் கால் மனதாக ஏற்றுக்கொண்டு காரில் ஏறி உட்கார்ந்தார் ராகவேந்தர், ‘நேரா ஃபேக்டரி போய்டுப்பா’

வாசல் கதவருகே நின்றிருந்த மனைவியின், ‘ஈவினிங் கொஞ்சம் சீக்கிரம் வந்துடுங்க’ காற்றில் தேய்ந்து மறைந்தது. புத்தம்புதுசாகப் பளிச்சிடும் பனி படர்ந்த காலையை ரசிக்கத் தோன்றாமல் தீவிர சிந்தனையில் இருந்தார் ராகவேந்தர்.

வாடிக்கையாளர்களில் ஒருவன் திடீர் ஆய்வுக்கு வருகிறான் என்றால், நிச்சயமாகப் பிரச்னை மிகப் பெரிதாகத்தான் இருக்கவேண்டும். எங்கோ யாரோ பெரிதாக வத்திவைத்திருக்கிறார்கள்.

முந்தைய ஓரிரு வருடங்களாகவே பிஸினஸ் சரியில்லை. பல்வேறு உள், வெளிக் காரணங்களால் விற்பனை படுத்துக்கொண்டுவிட்டது. பெரிய லாபம் சம்பாதித்துக்கொண்டிருந்த நாள்களெல்லாம் மறந்துபோய், இந்த வருடம் நஷ்டத்தைத் தொட்டுவிடுவோமோ என்று பயமாக இருக்கிறது.

இந்த நிலைமையில், மிச்சமிருக்கிற ஒரு சில கஸ்டமர்களில் யாரேனும் விலகிக்கொண்டுவிட்டால், வேறு வினையே வேண்டாம். தொழிற்சாலையை இழுத்து மூடிவிட்டு, ஊரைப் பார்க்கப் போகவேண்டியதுதான்.

ராகவேந்தரின் அப்பா, தாத்தா எல்லாமே மாதச் சம்பளக்காரர்கள்தான். வம்சத்திலேயே இல்லாத பழக்கமாக, இவருக்குமட்டும் எப்படியோ தனியே தொழில் தொடங்கி நடத்துகிற ஆர்வம் வந்துவிட்டது. அதனால் மிகப் பிரமாதமாக எதுவும் சம்பாதித்துவிடவில்லை. என்றாலும், சமூகத்தில் ஒரு கௌரவம், அந்தஸ்து, 'என்னுடையது' என்கிற பெருமிதம். அவ்வளவுதான்.

வாகனங்கள், பெரிய இயந்திரங்களுக்கான உதிரிப் பாகங்களைத் தயாரிக்கிற சின்னத் தொழிற்சாலை அவருடையது. ஆனால், இங்கே தயாராகும் பாகங்கள் எவையும், மக்களிடம் நேரடியாக விற்கப்படுவதில்லை, பெரிய வாகன / இயந்திரத் தயாரிப்பாளர்கள்தான் அவருடைய வாடிக்கையாளர்கள்.

இதனால், எக்காரணத்துக்காகவும் அந்தப் பெருநிறுவனங்களைப் பகைத்துக்கொள்ளமுடியாத நிலைமையில் இருந்தார் ராகவேந்தர். இப்போது புதிதாக முளைத்திருக்கும் இந்த 'ஆடிட்' தலைவலியால் என்னென்ன பிரச்னைகள் வரப்போகிறன்றனவோ தெரியவில்லை.

சரியாக ஏழே முக்கால் மணிக்கு ராகவேந்தரின் கார் தொழிற்சாலை வளாகத்தினுள் நுழைந்தது. அவருக்காக ஒதுக்கப்பட்டிருந்த விசேஷ இடத்தில் காரை நிறுத்திவிட்டு, விறுவிறுவென்று தன்னுடைய அலுவலகத்தை நோக்கி நடந்தார் அவர்.

அந்த நேரத்தில் முதலாளியை அங்கே எதிர்பார்த்திராத தொழிலாளர்கள், சற்றே ஆச்சர்யமாக அவரைப் பார்த்துவிட்டு, தங்களுக்குள் ஏதோ பேசத் தொடங்கினார்கள். ஆனால், அதையெல்லாம் கவனிக்கிற நிலைமையில் ராகவேந்தர் இல்லை.

அவர் தமது அலுவலகத்தை நெருங்கியபோது, அவருக்காகவே காத்துக்கொண்டிருந்ததுபோல் பக்கத்து அறையிலிருந்து அவசரமாக வெளியே வந்த ஒரு சூபர்வைசர், 'சார்', என்று ஏதோ பேச முற்பட்டார்.

'அப்புறம்', என்று வெறும் சைகையால் அவரை ஒதுக்கித் தள்ளிவிட்டு, தன் அறையினுள் நுழைந்துகொண்டார் ராகவேந்தர். உடனடியாகக் கதவு அறைந்து சாத்தப்பட்டது.

சட்டென்று அந்த சூபர்வைசரின் முகம் சுருங்கிப்போனது. சற்றே தளர்வாக நடந்து இயந்திரப் பகுதியை நெருங்கிய அவரை, தொழிலாளர்கள் சூழ்ந்துகொண்டார்கள், 'என்னாச்சு சார்?'

'நாதாரிப் பய', என்று சிமெண்ட் தரையில் காறி உமிழ்ந்தார் அவர், 'நான் என்ன சொல்ல வர்றேன்னு கேட்கக்கூட நேரமில்லையாம் இவனுக்கு. எல்லாத்துக்கும் சேர்த்துப் பெரிசா வெச்சிருக்கேண்டி ஆப்பு.'

2

'ஆர். பாலச்சந்தர்' என்று பெயர் வாசிக்கப்பட்டதும், அவன் சட்டென்று எழுந்துகொண்டான். சுற்றியிருந்த நண்பர்கள் அவனை ஆர்வப் பார்வையால் அங்கீகரித்து, 'ஆல் தி பெஸ்ட் பாலா' என்றார்கள் பொருந்தாத குரல்களில். நன்றிப் புன்னகைக்கு முயன்று தோற்ற அவன், கழுத்துப் பட்டையைச் சரிசெய்துகொண்டு உள்ளே நடந்தான்.

வருடம்முழுவதும் இந்தக் கணத்துக்காக எத்தனைதான் கவனமாகத் தயார் செய்திருந்தபோதும், இன்டர்வ்யூ என்றாலே அதீத பரபரப்பு, படபடப்பைத் தவிர்க்கமுடிவதில்லை. 'இது போனால் இன்னொன்று என்று மனத்தைத் தேற்றிக்கொள்ள முயலும்போதே, 'ஐயோ, இது போய்விடுமா?', என்கிற பதற்றம் தானாகத் தொற்றிக்கொண்டுவிடுகிறது.

யாரோ முடிச்சுப் போட்டுத் தந்த இரவல் டை, தன்னை ஒரு கோமாளிபோல் காட்டுகிறது என்று பாலாவுக்குத் தோன்றியது. சட்டை, பேன்ட்கூட அவ்வளவாக வண்ணப் பொருத்தமில்லை, மதியம் எழுத்துத் தேர்வில் 'பாஸ்' என்று தெரிந்தபிறகு, அவசரஅவசரமாக ஷேவ் செய்தது தாடையில் குறுகுறுக்கிறது, நேர்முகத் தேர்வுக்கு வந்திருப்பவர்கள் இதையெல்லாம் கவனிப்பார்களா என்ன?

இன்டர்வ்யூ அறையினுள் எப்படி நடக்கவேண்டும், எப்படிக் கைகுலுக்கவேண்டும், நாற்காலியில் எப்படி உட்காரவேண்டும் என்றெல்லாம் அழகிப் போட்டிக்குத் தயார் செய்துகொள்வதுபோல் பல்வேறு விஷயங்களைச் சொல்லித்தந்திருந்தார்கள் சீனியர்கள். ஆனால், இந்த விநாடியின் முதுகுமேல் ஏறி உட்கார்ந்திருக்கிற அழுத்தத்தால், எல்லாமே மறந்துபோய்விட்டது.

அந்த அறையின் கதவைத் திறந்துகொண்டு உள்ளே நுழைந்தபோது, கிட்டத்தட்ட மயங்கிச் சரிந்துவிடுகிற நிலைமையில்தான் இருந்தான் பாலா. இதை ஏற்கெனவே எதிர்பார்த்திருந்ததுபோல், உள்ளே அமர்ந்திருந்த மூவரும், அவனைப் புன்னகையோடு எதிர்கொண்டார்கள்.

'வாங்க மிஸ்டர். பாலச்சந்தர்', என்று அவனைக் கைகுலுக்கி வரவேற்றது நடுவில் இருந்த குறுந்தாடி, 'ப்ளீஸ், டேக் யுவர் சீட்', என்று அவர் சொன்ன கம்பீரத் தோரணையில், 'நான்தான் இந்தக் குழுவின் தலைவன்' என்கிற அறிவிப்பு தெரிந்தது.

மூன்று பேருக்கும் பொதுவாக நன்றி சொல்லி அமர்ந்தான் அவன். ஃபைலை மடியில் வைத்துக்கொண்டபோது, கைகள் இரண்டும் நடுங்கிக்கொண்டிருப்பதை நன்றாகப் பார்க்கமுடிந்தது.

'உங்க ஃப்ரெண்ட்ஸ் உங்களை எப்படிக் கூப்பிடுவாங்க மிஸ்டர். பாலச்சந்தர்?'

தொண்டையை ஒருமுறை செருமிக்கொண்டபடி, 'பாலா', என்றபோது, தொடர்ந்து நான்கு நாள் காய்ச்சலில் கிடந்ததுபோல் தனது குரல் தளர்ந்திருப்பதை வெலவெலப்போடு உணர்ந்தான் அவன்.

'நாங்களும் உங்களை அப்படியே கூப்பிடலாமா?'

'ஷ்யூர்', இப்போது அவன் குரலில் கொஞ்சம் தெம்பு கூடியிருந்தது. கம்பீரமாகத் தோற்றமளிக்கவேண்டுமானால்,

நாற்காலியில் எப்போதும் நேராக உட்காரவேண்டும் என்று யாரோ, எப்போதோ சொல்லித்தந்தது நினைவுக்கு வந்தது. சட்டென்று நிமிர்ந்துகொண்டான்.

குறுந்தாடியின் இடது பக்கமிருந்த சோடா புட்டிக் கண்ணாடி, அவனுடைய திடீர் கம்பீரத்தை அங்கீகரிப்பதுபோல் சிரித்தது, 'நீங்க எந்த க்ரூப், பாலா?'

'ஏபி பாஸிட்டிவ்', என்ற குறுந்தாடியின் நகைச்சுவைக்கு, எல்லோரும் பெரிதாகச் சிரித்தார்கள். ஒருவழியாகச் சிரிப்பு அடங்கியபிறகு, 'கம்ப்யூட்டர் சயன்ஸ்', என்றான் பாலா.

'எஞ்சினியரிங்-ன்னு எடுத்துக்கிட்டா எவ்வளவோ பிரிவுகள் இருக்கு. ஆனா, நீங்க ஏன் குறிப்பா கம்ப்யூட்டர்ஸைத் தேர்ந்தெடுத்தீங்க? அதுக்கு ஏதேனும் விசேஷக் காரணங்கள் உண்டா?'

உண்மையைச் சொல்லலாமா, அல்லது, 'கைக்குழந்தைப் பருவத்திலிருந்தே எனக்கு கம்ப்யூட்டர் பைத்தியம்', என்று கதையளக்கலாமா எனக் கொஞ்சம் யோசித்தான் அவன். ஒரு பொய் சொல்லிவிட்டு, அதன்பிறகு அதை நிரூபிக்க, அல்லது சமாளிக்க அடுக்கடுக்காகப் பொய்களை அடுக்குவது அவனால் முடியாது. இதனைப் பல சந்தர்ப்பங்களில் அனுபவபூர்வமாக உணர்ந்திருந்ததால், நிஜத்தைச் சொல்லிவிடுவதுதான் புத்திசாலித்தனம்.

'எங்கப்பாவோட அட்வைஸ்தான் சார் காரணம்', என்றான் அவன், 'கம்ப்யூட்டர் படிச்சா என்னோட எதிர்காலத்துக்கு நல்லது-ன்னு அவர்தான் என்னை இந்த க்ரூப் எடுக்கச் சொன்னார்,'

'இன்ட்ரஸ்டிங்', என்றார் குறுந்தாடிப் பிரமுகர், 'உங்க அப்பா கம்ப்யூட்டர் எஞ்சினியரா?'

'இல்லை சார். அவர் அதிகம் படிக்கலை', என்றான் பாலா, 'ஊர்ல சின்னதா ஒரு ஃபேக்டரி வெச்சு நடத்திக்கிட்டிருக்கார்'

'ஃபேக்டரி?', என்று ஓரமாக அமர்ந்திருந்த பெண்மணி புருவம் உயர்த்தினார், 'கம்ப்யூட்டர் ஹார்ட்வேர் தயார் பண்றாரா?'

'நோ மேடம், அவருக்கும் கம்ப்யூட்டருக்கும் எந்தச் சம்பந்தமும் இல்லை', என்று சிரித்தான் பாலா, 'ஆனா, நான் கம்ப்யூட்டர் எஞ்சினியரிங் படிக்கணும்-ன்னு அவருக்கு ரொம்ப ஆசை.'

வம்பளக்கும் ஆர்வத்துடன் இடைமறித்தது குறுந்தாடி, 'அவரோட ஆசை சரி, உங்க ஆர்வம் என்ன?'

'பதினேழு, பதினெட்டு வயசில என்ன பெரிசா தனிப்பட்ட ஆர்வம் இருந்துடப்போகுது சார்?', என்றான் பாலா, 'அவரோட விருப்பப்படி இந்த கோர்ஸ் எடுத்துக்கிட்டேன். அதுக்கப்புறம், கம்ப்யூட்டர் ஆர்வத்தை நானா வளர்த்துக்கிட்டதுதான்!'

'அப்படீன்னா, உங்க அப்பாவோட தொழிலை அவருக்கப்புறம் நீங்க ஏத்துக்கமாட்டீங்களா?'

இந்தக் கேள்விக்கு பாலாவால் உடனடியாகப் பதில் சொல்லமுடியவில்லை. சின்ன வயதிலிருந்தே, அப்பாவின் ஃபேக்டரி அவனுக்கு ஒரு கட்டுகளற்ற விளையாட்டு மைதானம்போல்தான் தெரிந்திருக்கிறதேதவிர, என்றாவது ஒருநாள், அதனை நிர்வகிக்கிற பொறுப்பைத் தான் ஏற்கவேண்டியிருக்கும் என்று எப்போதும் தோன்றியதில்லை.

என்னுடைய சுய விருப்பம் ஒருபக்கமிருக்க, தன்னுடைய ஒரே மகனை, இந்தத் தொழிற்சாலையின் முதலாளியாக்கி அழகு பார்க்கவேண்டும் என்று அப்பாவுக்கு ஏன் தோன்றவில்லை? எதற்காக மெனக்கெட்டு என்னைக் கம்ப்யூட்டர் படிக்கச் சொன்னார்?

பாலா இதற்குமுன் எப்போதும் இதைப்பற்றித் தீவிரமாக யோசித்ததில்லை. சொல்லப்போனால், அப்பாவின் ஃபேக்டரியில் என்ன தயாராகிறது, எங்கெல்லாம் விற்பனையாகிறது, எவ்வளவு லாபம், எவ்வளவு நஷ்டம் என்பதெல்லாம்கூட அவனுக்கோ, மற்ற குடும்ப உறுப்பினர்களுக்கோ தெரியாது. தொழில்

விஷயங்களை வீட்டில் பேசுவது அப்பாவுக்குப் பிடிக்காத விஷயம்.

திடீர்ச் சிந்தனையில் ஆழ்ந்துவிட்ட பாலாவை, குறுந்தாடியின் தொண்டைச் செருமல் நிகழ்காலத்துக்கு அழைத்துவந்தது, 'என்னாச்சு பாலா? உங்க அப்பாவோட பிஸினஸ்ல உங்களுக்கு ஆர்வம் உண்டா, இல்லையா?'

'இப்போ நான் படிச்சிருக்கிற படிப்புக்கும் அதுக்கும் எந்தச் சம்பந்தமும் இல்லையே', என்றான் பாலா, 'சொல்லப்போனா, எங்கப்பாவுக்கும்கூட இதில அவ்வளவா விருப்பம் இல்லை. இந்த ஃபேக்டரி, தலைவலியெல்லாம் தன்னோட போகட்டும்ன்னுதான் நினைக்கறார்'

'ரெஸ்யூம்' *(Resume)* எனச் செல்லப் பெயரிட்டு அழைக்கப்படும் அவனுடைய படிப்பு, திறமை ஜாதகத்தைக் கையில் வைத்திருந்த குறுந்தாடி, அதனை மெல்லப் புரட்டியபடி, 'ஸோ, உங்க லட்சியமெல்லாம், பெரிய சாஃப்ட்வேர் எஞ்சினியராகறதுதான். இல்லையா?', என்றார்.

'ஆமாம் சார்', என்றான் அவன். சுற்றியிருந்த ததாஸ்து தேவதைகள் அவனைப் பரிதாபமாகப் பார்த்தபடி, ஒருமித்த குரலில், 'ம்ஹூம், சான்ஸே இல்லை', என்றன.

3

கூட்டத்தில் எப்போதும்போல் ஆளாளுக்குப் பேசிக்கொண்டிருந்தார்கள். தகவல்களும் கணிப்புகளும் ஊகங்களும் பிரச்னைகளும் அவற்றைச் சரிசெய்வதற்கான தீர்வு யோசனைகளும் எந்தவிதமான ஒழுங்கும் இல்லாமல் திசைக்கொன்றாகச் சிதறி ஓடிக்கொண்டிருந்தன.

ராகவேந்தர் பொறுத்துப் பொறுத்துப் பார்த்தார். ஒருகட்டத்தில் நிதானமிழந்த அவர், 'ஜென்டில்மென்' என்று குரலை உயர்த்தி கிட்டத்தட்ட கத்திவிட்டார்.

அவர் யாரையாவது அப்படி அழைத்தால், மிகவும் கோபமாக இருக்கிறார் என்று அர்த்தம் என்பதைப் புரிந்துகொண்டிருந்த மற்றவர்கள், சட்டென்று மௌனமானார்கள். நாங்கள் பேசுவது உங்களுக்குப் பிடிக்கவில்லையா மஹாராஜா? இனிமேல் நீங்களே பேசுங்கள், நீங்களே முடிவெடுங்கள், எங்களுக்கென்ன போச்சு?

'இங்கே இத்தனை திறமைசாலிங்க இருக்கோம். ஆனா, யாருக்கும் ஒழுங்கா யோசிக்கத் தெரியலை', ராகவேந்தரின் குரல் இன்னும் கத்தல்தொனியிலிருந்து கீழிறங்கவில்லை, 'மிஸ்டர் சுந்தர்ராமன் இவ்ளோ பெரிய பிரச்னையைச் சொல்லியிருக்கார், ஆனா எல்லோரும் மீன் மார்க்கெட்மாதிரி தனித்தனியாக் கூச்சல் போடறோமே தவிர, அதுக்கு என்ன சொல்யூஷன்னு தெளிவா யோசிக்கிறோமா?'

அவருடைய விமர்சனத்துக்கு மற்றவர்களிடம் எந்தவிதமான மறுமொழியும் இல்லை. 'நீங்களும் இப்போது கூச்சல்தான் போட்டுக்கொண்டிருக்கிறீர்கள்', என்று அவருடைய முகத்துக்குமுன் சொல்கிற தைரியம் யாருக்கும் இல்லாததால், பேசாமல் அவர் முகத்தையே பார்த்துக்கொண்டிருந்தார்கள்.

சில நிமிட மௌனத்துக்குப்பிறகு, சதீஷ் என்ற புதுப் பையன் ஒருவன் எழுந்துகொண்டான், 'சார், உங்களுக்கு ஆட்சேபணை இல்லைன்னா, நான் ஒரு யோசனை சொல்லலாமா?'

'பை ஆல் மீன்ஸ்', என்றார் ராகவேந்தர். சாதாரணமாக சதீஷ்போன்ற அதிக அனுபவமில்லாத இளைஞர்கள், முக்கியக் கூட்டங்களில் வெறுமனே உட்கார்ந்து கவனிப்பதோடு நிறுத்திக்கொள்ளவேண்டும் என்பதுதான் அவருடைய கருத்து. ஆனால், இப்போது அவர் இருந்த நிலைமையில், ஃபேக்டரி வாட்ச்மேனிடம்கூட யோசனை கேட்டுச் செயல்படுத்தத் தயாராக இருந்தார்.

அந்த சதீஷ் எல்லோரையும் பொதுவாகப் பார்த்தபடி பேசினான், 'சார் சொன்னது நிச்சயமா ஒரு பெரிய பிரச்னைதான். நான் மறுக்கலை. ஆனா, உங்க எல்லோருடைய அனுபவத்தையும் வெச்சுப் பார்க்கும்போது, இதைச் சமாளிக்கிறது அவ்ளோ கஷ்டம்ன்னு எனக்குத் தோணலை.'

இப்படிச் சொல்லிவிட்டு, தன் கையிலிருந்த நோட்டுப் புத்தகத்தை உயர்த்திக் காண்பித்தான் அவன், 'கடந்த அரை மணி நேரம் நாமெல்லாம் கலந்து பேசியதிலே, இந்தப் பிரச்னையை எப்படித் தீர்க்கலாம்ன்னு விதவிதமா ஏழெட்டு தீர்வுகள் கிடைச்சிருக்கு. நீங்க சொல்லச்சொல்ல, அதையெல்லாம் எழுதக்கூட என்னால முடியலை. அப்படியொரு வேகத்திலே யோசனைகள் கொட்டுது'

ராகவேந்தர் அவனை விநோதமாகப் பார்த்தார். இவன் யார்? மந்திரவாதியா? இத்தனை நேரமாக இதே கூட்டத்தில் உட்கார்ந்திருக்கிற என்னுடைய காதில் விழாத தீர்வுகள், இவனுக்குமட்டும் எப்படிக் கிடைத்தன?

அவருடைய குழப்பத்தைப் புரிந்துகொண்டதுபோல் மெல்லச் சிரித்தான் அவன், 'சார், பிரச்னை நம்மகிட்டேதான் இருக்கு. ஒரு விஷயத்தைத் தெளிவா அலசணும்ன்னா, இங்கிருக்கிற எல்லோரும் தங்களோட கவனத்தை ஒரே திசையிலே குவிக்கணும்.'

யாரையும் நேரடியாகக் குற்றம் சாட்டாமல் பேசும் சதீஷின் அணுகுமுறை எல்லோரையும் கவர்ந்திருந்தது. சில சீனியர் மேனேஜர்கள்கூட, இப்போது அவன் பேசப் பேச, அதை ஆமோதிப்பதுபோல் பெரிதாகத் தலையாட்டத் தொடங்கியிருந்தார்கள்.

'கவனத்தைக் குவிக்கிறது-ன்னு நீங்க எதைச் சொல்றீங்க சதீஷ்?', என்றார் சுந்தர்ராமன், 'இப்ப நாம எல்லோரும் ஒரே ஆடிட் பிரச்னையைப்பற்றிதானே பேசிக்கிட்டிருக்கோம்?'

'ஆமாம் சார். ஆனா, அதுக்கான தீர்வை யாராவது ஒருத்தர் சொன்னா, இன்னொருத்தர் அதை மறுத்துப் பேசறார், அவர் சொல்றதை வேறொருத்தர் எதிர்க்கிறார், இப்படியே கவனம் சிதறிப்போயிடுது', என்றான் சதீஷ், 'இப்படிக் கிளை கிளையாத் தாவறதை நிறுத்திட்டு, நாம எல்லோரும் ஒரே நேரத்தில, ஒரே விஷயத்தைப்பற்றித் தீவிரமா சிந்திச்சா, அதோட பலன்கள் ரொம்பப பிரமாதமா இருககும்.'

ராகவேந்தரின் இருபுறமும் அமர்ந்திருந்த மூத்த அதிகாரிகள், மேலாளர்களைச் சுட்டிக்காட்டினான் அவன், 'நம்ம சீனியர் மேனேஜர்ஸ் ஒவ்வொருத்தருக்கும், இந்தத் துறையில குறைஞ்சது இருபது வருஷ எக்ஸ்பீரியன்ஸ் இருக்கு. அடுத்த நிலையில உள்ளவங்க, என்னைமாதிரி ஜூனியர்ஸ்ன்னு எல்லோரையும் சேர்த்துப் பார்த்தா, இந்த ரூம்லமட்டும் சுமார் முன்னூறு வருஷ அனுபவம் கொட்டிக் கிடக்கு, அத்தனை அனுபவத்தையும் நாம ஒரே திசையில குவிச்சா, எப்படி இருக்கும்-ன்னு கொஞ்சம் யோசிச்சுப்பாருங்க.'

இப்போது ராகவேந்தர் மீண்டும் பொறுமையிழந்திருந்தார், 'மிஸ்டர் சதீஷ், உங்க கருத்தை நாங்க ஏத்துக்கறோம்,

நீங்க சொல்ற ஆலோசனைக்குக் காது கொடுக்கத் தயாரா இருக்கோம். அநாவசியமா ஏதோ பாம்புக்கும் கீரிக்கும் வித்தை காட்டறமாதிரி வெறும் வார்த்தைகளால கோட்டை கட்டாம, சீக்கிரமா விஷயத்துக்கு வந்தா நல்லது.'

'ஸாரி ஸார்', என்று தணிந்த குரலில் மன்னிப்பு கேட்டுக்கொண்ட சதீஷ், 'இந்தமாதிரி பலரோட கவனத்தை ஒரே இடத்தில குவிக்கறதுக்கு ஒரு சின்ன, ஆனா பவர்ஃபுல்லான சிந்தனை டெக்னிக் இருக்கு', என்றான்.

இப்போது கூட்டம் மீண்டும் நிமிர்ந்து உட்கார்ந்தது. சுருட்டு வடிவத்திலிருந்த நீல நிறப் பேனா ஒன்றுடன் அருகிலிருந்த வெள்ளைப் பலகையை நெருங்கிய சதீஷ், 'இந்த உத்தியோட பெயர், *Six Thinking Hats*', என்றபடி போர்டில் ஒரேமாதிரியான ஆறு தொப்பிகளை வரைந்தான்.

சின்னப் பிள்ளைகளின் கிறுக்கலைப்போல் தெரிந்த அந்தத் தொப்பிகளை, அங்கிருந்தவர்கள் நம்பமுடியாமல் பார்த்தார்கள். 'இது என்ன புது விளையாட்டு?', என்று ஒருவர் வாய்விட்டே கேட்டுவிட்டார்.

'கிட்டத்தட்ட இதுவும் ஒரு விளையாட்டுமாதிரிதான். ஆனா, ரொம்பப் பயனுள்ள விளையாட்டு', என்றான் சதீஷ், 'இந்த ஆறு தொப்பிகளை அறிமுகப்படுத்தியவர் எட்வர்ட் டி பொனோ, மனோதத்துவம் படிச்ச அவர், ஒரு விஷயத்தைப்பற்றிய பலரோட சிந்தனைகளை ஒருமுகப்படுத்தறதுக்கு இந்த உத்தியைச் சிபாரிசு செஞ்சிருக்கார்.'

ராகவேந்தருக்கு இப்போது இதில் வெகுவாக சுவாரஸ்யம் தட்டியிருந்தது, 'இங்கே அவர் தொப்பி-ன்னு சொல்றது எதை?', என்றார் ஆவலாக.

'இந்த ஆறு தொப்பிக்கும், ஆறு வெவ்வேற கலர் உண்டு சார்', என்றான் சதீஷ், 'ஒவ்வொரு கலருக்கும் வெவ்வேற அர்த்தம் இருக்கு', என்றபடி அந்த வண்ணங்களை போர்டில் ஒன்றன்கீழ் ஒன்றாக எழுதத் தொடங்கினான்.

★ வெள்ளை

★ சிவப்பு

★ கறுப்பு

★ மஞ்சள்

★ பச்சை

★ நீலம்

'அது ஏன் குறிப்பா ஆறு கலர்?', என்றார் ஒருவர். 'வானவில் மாதிரி ஏழு கலர்ன்னு வெச்சுக்கக்கூடாதா?', என்று அவர் கேட்டதும், கூட்டத்தில் சட்டென்று சிரிப்பு எழுந்தது.

'இந்த ஆறு கலருக்கும், தனித்தனி குணம் இருக்கு', என்றான் சதீஷ், 'ஒரு கலர்ல தொப்பி போட்டவங்க, அந்த குணத்தோடதான் செயல்படணும்.'

'அதாவது, வெள்ளைத் தொப்பி போட்டவங்க நல்ல விஷயங்களைமட்டும் சொல்லணும், கறுப்புத் தொப்பி போட்டவங்க கெட்டதைப் பேசணுமா?', என்றார் ராகவேந்தர்.

'கரெக்ட்', என்று சிரித்தான் சதீஷ், 'ஆனா, இங்கே முக்கியமான விஷயம், எல்லோரும் எல்லாத் தொப்பிகளையும் போட்டுக்கணும். அப்பதான் முழுப் பலன் கிடைக்கும்.'

'ம்ஹூம், சுத்தமாப் புரியலை', என்றார் சுந்தர்ராமன், 'ஒரு சின்ன உதாரணத்தோட விளக்கிச் சொல்லுங்களேன், ப்ளீஸ்.'

4

அந்த அறையிலிருந்த எல்லோரும், சதீஷையே ஆவலாகப் பார்த்துக்கொண்டிருந்தார்கள். அவர்களுடைய நம்பிக்கை பொங்கும் முகங்களைப் பார்க்கையில், அவனுக்குள் எங்கோ உற்சாகம் பொங்குவதுபோலவும், அதேநேரத்தில் மளுக்கென்று முறிந்து விழுவதுபோலவும் தோன்றியது.

ம்ஹூம், இது தப்பு. இவ்வளவு தூரம் முன்னேறிவிட்டு, இப்போது தடுமாறிக் கீழே விழுந்தால், நான் ஒரு மோசமான முன்னுதாரணம் ஆகிவிடுவேன். அதன்பிறகு, இந்தக் கம்பெனியில் யாரும் எப்போதும் புதுமையாகச் சிந்திக்கவே மாட்டார்கள்.

வயிற்றில் பறக்கும் பட்டாம்பூச்சிகளைப் பிடிவாதமாகப் புறக்கணித்துவிட்டு, *'Six Thinking Hats'* உத்தியை இவர்களுக்குச் சுலபமாக விளக்குவதற்கு என்ன உதாரணம் சொல்லலாம் என்று சிந்திக்கத் தொடங்கினான் சதீஷ். ஆனால், எவ்வளவுதான் யோசித்தாலும், எளிமையான, ஆனால் விஷயத்தைப் பளிச்சென்று சொல்லித்தரக்கூடிய ஓர் உதாரணம் சிக்க மறுத்தது.

குழப்பத்தோடு தலை குனிந்தபோது, அவனது நோட்டுப் புத்தகத்தின் பக்கங்கள் காற்றில் படபடத்து அவனை

அழைத்தன. ஆடிட் பிரச்னைபற்றி இதுவரை விவாதிக்கப்பட்ட எல்லாக் கேள்விகள், சந்தேகங்கள், தீர்வுகளையும் இங்கே குறித்துவைத்திருக்கிறோமே, அதில் ஒன்றையே உதாரணமாக எடுத்துக்கொண்டால் என்ன?

இப்போது என்ன பிரச்னை? யாரோ ஒரு வாடிக்கையாளர் திடீர் ஆய்வுக்கு வரப்போகிறார். அதை எப்படிச் சமாளிப்பது?

ஏன் சமாளிக்கவேண்டும்? மடியில் கனம் உள்ளவனுக்குதானே வழியில் பயம்? நம்மிடம் என்னென்ன குறைகள் என்று கவனித்து அதையெல்லாம் சரிசெய்துவிட்டால், அதன்பிறகு நாம் ஏன் ஆய்வுகளைப் பார்த்து பயப்படவேண்டும்?

இந்தக் கேள்வியை பகிரங்கமாக எழுப்பிய சதீஷ், அதை எல்லோரும் முழுமையாகப் புரிந்துகொள்வதற்காகச் சில விநாடிகள் இடைவெளி விட்டான். அதன்பிறகு, 'இது ஏற்கெனவே நாம பேசின விஷயம்தான். ஆனா, அதுக்கப்புறம் பேசப்பட்ட விஷயங்களால, இதை மறந்துட்டோம்', என்றான்.

'ஸோ? இப்ப நாம என்ன செய்யணும்?', என்றார் ராகவேந்தர். அவருடைய குரலில் பொங்கிய உற்சாகம் சதீஷுக்குக் கூடுதல் தெம்பளித்தது.

'முதல்ல, நாம எல்லோரும் வெள்ளைத் தொப்பியைப் போட்டுக்கணும்', என்றான் சதீஷ், 'வெள்ளைத் தொப்பின்னா, நிஜமான தொப்பி இல்லை. மானசீகமா, இப்போ இங்கிருக்கிற எல்லோரும் ஒரே தொப்பியைப் போட்டுக்கிட்டிருக்கிறதா கற்பனை செஞ்சுக்குங்க.

போர்டில் வெள்ளையின் அருகே 'டிக்' செய்தான் சதீஷ், 'வெள்ளைத் தொப்பின்னா, முழுக்கமுழுக்க ஆதாரங்கள், தகவல்களின் அடிப்படையில இந்த விஷயத்தை அணுகறது. அதாவது, கையில தெளிவான புள்ளிவிவரங்கள் இல்லாம யாரும் பேசக்கூடாது', என்றவன், 'இப்போ சொல்லுங்க, நாம ஏன் ஆடிட்டைப் பார்த்துப் பயப்படணும்? நம்மகிட்டே என்ன குறை?', என்றான் நேரடியாக.

‘குறைன்னு எதுவும் இல்லை’, என்றார் சுந்தர்ராஜன், ‘அரசாங்க விதிமுறைப்படி எல்லா விஷயங்களையும் நாம சரியாதான் செஞ்சுகிட்டிருக்கோம்.’

‘ஸோ, ஆடிட் செய்யறதுக்கு இங்கே யாராவது வந்தா, அவங்களால நம்மேல எந்தக் குற்றமும் கண்டுபிடிக்கமுடியாது, இல்லையா?’

சுந்தர்ராஜன் ஆமோதிப்பாகத் தலையசைத்ததும், ‘இந்தக் கருத்தை உறுதிப்படுத்தறதுக்கு ஏதாவது சாட்சியம் இருக்கா?’, என்றான் சதீஷ்.

‘ஷ்யூர்’, என்றார் ராகவேந்தர், ‘ஒவ்வொரு வருஷமும் நாமே இந்தமாதிரி ஒரு மினி ஆடிட் செய்யறோம். அதோட முடிவுகளைக் கொஞ்சம் அலசிப்பார்த்தாலே போதும்.’

அதன்பிறகு உருப்படியாக வேறு எந்தப் புதிய தகவலும் கிடைக்காததால், அவர்கள் அடுத்த தொப்பிக்கு நகர்ந்தார்கள், ‘எல்லோரும் வெள்ளைத் தொப்பியைக் கழட்டிட்டு, சிவப்புத் தொப்பி போட்டுக்கோங்க’, என்றான் சதீஷ், ‘சிவப்புத் தொப்பிங்கறது உணர்ச்சிமயமான விவாதங்களுக்கானது. இப்போ யாரும் எந்த ஆதாரமும் காட்டவேண்டியதில்லை, தங்களோட மனசில உள்ளதை வெளிப்படையாச் சொல்லலாம்.’

இப்படி அவன் சொல்வதற்காகவே காத்திருந்ததுபோல், ஒரு சீனியர் மேனேஜர் எழுந்துகொண்டார். போட்டி நிறுவனம் ஒன்றின் சதிதான் இந்த ஆடிட் என்று சொன்ன அவர், இதை நாம் வேறு வழிகளில்தான் சமாளிக்கவேண்டும் என்றார். அவருடைய கருத்துகள் முறைப்படி பதிவு செய்யப்பட்டன.

சிவப்புக்குப்பிறகு, கறுப்புத் தொப்பியை ‘டிக்’ செய்தான் சதீஷ், ‘கறுப்பு-ன்னா நெகட்டிவ். நாம இப்போ கையில வெச்சிருக்கிற இந்தத் தீர்விலே என்னென்ன பிரச்னைகள் வரலாம்-ன்னு குறை கண்டுபிடிக்கிறதுதான் கறுப்புத் தொப்பி.’

‘நாம எல்லா விஷயத்தையும் சரியாச் செய்யறதா

நினைச்சுக்கிட்டிருக்கோம் சதீஷ். ஆனா, நமக்கே தெரியாம நாம ஒரு விஷயத்தைத் தவறவிட்டிருக்க வாய்ப்பு உண்டு', என்றார் சுந்தர்ராமன்.

'கண்டிப்பா', என்று ஆமோதித்த சதீஷ், உடனடியாக அந்தச் சாத்தியத்தைக் குறித்துக்கொண்டான், 'இதேமாதிரி, நாம இப்போ பேசிக்கிட்டிருக்கிற விஷயம், அல்லது தீர்வு, எந்த விதங்களிலெல்லாம் தோத்துப்போக சான்ஸ் இருக்கு-ன்னு எல்லோரும் சொல்லலாம்', என்று அவன் அறிவித்ததும், பலர் பேசத் தொடங்கினார்கள். சில நிமிடங்களில், அந்தத் தீர்வுபற்றிய ஊகங்கள், அபாயங்கள் அனைத்தும் பதிவு செய்யப்பட்டுவிட்டன.

அடுத்து, மஞ்சள் தொப்பி – கறுப்புக்கு நேரெதிராக, இப்போது பாஸிட்டிவ் விஷயங்களைமட்டும் பேசவேண்டும் என்று அறிவித்தான் சதீஷ். முந்தைய குறைகளை மறந்துவிட்டு, இப்போது எல்லோரும் நிறைகளை விவாதிக்கத் தொடங்கினார்கள்.

எல்லோருடைய கருத்துகளையும் பதிவு செய்துவிட்டு, பச்சைத் தொப்பிக்குத் தாவினான் சதீஷ், 'பச்சைத் தொப்பி-ங்கறது க்ரியேட்டிவிட்டியோட அடையாளம். இதுவரைக்கும் நாம பார்த்த, பழகின, அனுபவிச்ச விஷயங்களையெல்லாம் மறந்துட்டு, யாரும் நினைச்சிருக்காத புதுமையான யோசனைகளைமட்டும்தான் இப்போ பேசணும்.'

'நம்மோட கஸ்டமர்ஸ்ல யாரோ ஒருத்தர்தானே ஆடிட்க்கு வரப்போறாங்க?', என்றார் ராகவேந்தர், 'அது யார்ன்னு நினைச்சு அநாவசியமா பயந்துகிட்டிருக்கிறதைவிட, நாமே எல்லா முக்கிய கஸ்டமர்ஸையும் இங்கே அழைச்சுப் பேசினா என்ன? நம்ம தொழிற்சாலையை அவங்களுக்குச் சுத்திக் காண்பிச்சு, இதை எப்படியெல்லாம் இம்ப்ரூவ் பண்ணலாம்-ன்னு அவங்களையே யோசனை கேட்டா, நம்மேல அவங்களுக்கு இருக்கக்கூடிய வருத்தம் மறையும், இல்லையா?'

'பிரமாதமான யோசனை', என்றான் சதீஷ், 'பச்சைத் தொப்பி

அணிஞ்ச ஒருத்தராலமட்டும்தான் இப்படி வித்தியாசமாகச் சிந்திக்கமுடியும்', என்று சிரித்தபடி, பாவனையாக ஒரு சல்யூட் அடித்தான் அவன்.

அந்தக் கணத்தில் சட்டென்று ராகவேந்தர் முகத்தில் பொங்கிய புன்னகை எல்லோருக்கும் ஆச்சர்யமளித்தது. முக்கியமான விஷயங்களைப்பற்றிப் பேசும்போதெல்லாம், காரச் சட்னி தின்ற கடுவன் குரங்குபோன்ற பாவனையுடன் உட்கார்ந்திருப்பதுதான் அவருடைய வழக்கம். அவரையே சிரிக்கவைத்துவிட்ட இந்தத் தொப்பி விளையாட்டை, எல்லோரும் மரியாதையுடன் பார்க்கத் தொடங்கினார்கள்.

அந்த விநாடியிலிருந்து, 'வழக்கமான' பேச்சுகள், விவாதங்கள், விதண்டாவாதங்கள் அனைத்தும் மறைந்து, அந்த அறையைப் புதுச் சிந்தனைகள் சூழ்ந்துகொண்டன.

கடைசியாக, நீலத் தொப்பியைச் சுட்டிக்காட்டினான் சதீஷ், 'நீலத் தொப்பிங்கறது, இதுவரைக்கும் நாம பேசின எல்லா விஷயங்களையும் தொகுத்து, நிறை குறைகளை அலசிப் பார்த்து, தெளிவான ஒரு முடிவெடுக்கறது', என்று அவன் அறிவித்தபோது, 'நம்மால் முடியுமா' என்று அதுவரை எல்லோரையும் உறுத்திக்கொண்டிருந்த அந்தப் பெரிய சந்தேகம், காணாமல்போயிருந்தது.

சதீஷைப் பெருமையோடு பார்த்தார் ராகவேந்தர். ஆடிட் தலைவலிக்கு இன்னும் முழுமையான ஒரு தீர்வு கிடைத்திருக்காவிட்டாலும், அதை இப்படி அறிவுபூர்வமாக அவன் அணுகிய விதம் அவருக்கு மிகவும் பிடித்திருந்தது. பிரச்னையையும், தீர்வு சாத்தியங்களையும் முழுவதுமாக அலசிவிட்டோம் என்கிற உறுதியான நம்பிக்கை அவருக்குத் தெம்பளித்தது.

திடீரென்று சம்பந்தமில்லாமல் அவருக்குத் தன் மகன் பாலாவின் ஞாபகம் வந்தது. இதேமாதிரி ஒரு பிரச்னையை அவன் சந்தித்திருந்தால், சதீஷைப்போல்தான் வித்தியாசமாக யோசித்திருப்பானோ?

சட்டென்று தலையசைத்து அந்த நினைப்பை வலுக்கட்டாயமாக உதறினார் அவர். ம்ஹூம், என் மகனுக்கு இந்தத் தலைவலிகள் வேண்டாம். வேண்டவே வேண்டாம்.

வெள்ளைத் தொப்பி- தகவல்கள், ஆதாரங்கள், புள்ளி விவரங்களின் அடிப்படையில்மட்டும் பேசவேண்டும்.

சிவப்புத் தொப்பி- ஆதாரமே வேண்டாம், உணர்ச்சிவயப்படுங்கள், மனத்தில் உள்ளதைக் கொட்டுங்கள்.

கறுப்புத் தொப்பி- தோசையைத் தின்னச் சொன்னால், ஓட்டையை எண்ணுகிற நெகட்டிவ் நாராயணன்களுக்கானது.

மஞ்சள் தொப்பி- எதிலும் நல்லதைமட்டும் பார்க்கிற பாஸிட்டிவ் பாண்டியன்களுக்கானது.

பச்சைத் தொப்பி- மாத்தி யோசி - திருப்பிப் போடு - புதிசாச் சிந்தனைச் செய் மனமே.

நீலத் தொப்பி- இதுவரைக்கும் பேசியதையெல்லாம் தொகுத்து, பிரச்னைக்குத் தீர்வு கண்டுபிடியுங்க சாமியோவ்!

5

பாலா வருகிறான்.

இனம் புரியாத உற்சாகம் ஒன்று, வீடுமுழுவதும் தொற்றிக் கொண்டிருந்தது. யாரும் விசேஷமாக உத்தரவு போடவில்லை. ஆனால், வேலைக்காரர்கள்கூட, அதிகாலையிலேயே எழுந்து தயாராகிவிட்டார்கள்.

டிரைவர் வேலு, காரைப் பதினெட்டாவது முறையாகத் துடைத்துக்கொண்டிருந்தான். அதன் மூக்கில் உட்காரப்பார்த்த குருவியைப் புன்னகையோடு விரட்டினான்.

ராகவேந்தர் யாரிடமோ ஃபோனில் உரக்கப் பேசிக் கொண்டிருந்தார், 'ஆமாம்ப்பா, சாஃப்ட்வேர் கம்பெனிதான்', என்றபோது அவர் குரலில் பெருமிதம் தொனித்தது.

சில விநாடிகளுக்குப்பிறகு, 'சாஃப்ட்வேர்ன்னா என்ன-ன்னு என்னைக் கேட்டா? என் பையன் வருவான் அவனைக் கேளு', என்று அட்டகாசமாகச் சிரித்தார் அவர், 'எப்படியோ, நான் நினைச்சபடி என் பையனைக் கம்ப்யூட்டர்ல போட்டாச்சு. இனிமே அவன் நல்லபடியாப் பொழச்சுப்பான்.'

சாதாரணமாக ராகவேந்தர் இப்படி உணர்ச்சிவயப்படுகிறவர் இல்லை. சூழ்நிலை அவரை அப்படி மாற்றியிருந்தது. பல நாள்களுக்குப்பிறகு முதன்முறையாக, அலுவலக டென்ஷன்களையெல்லாம் மறந்து, சோஃபாவில் உட்கார்ந்து காலாட்டியபடி பர்ஸனல் விஷயம் பேசமுடிகிறது.

திடீரென்று நினைத்துக்கொண்டாற்போல் கைக் கடிகாரத்தைப் பார்த்தவர், ‘ஸ்டேஷனுக்குக் கிளம்பணும், லேட்டாச்சு’, என்றார் லேசான பதற்றத்துடன், ‘நான் அப்புறம் பேசறேன்’, என்று இணைப்பைத் துண்டித்தார்.

கைவிரல்களை ஒன்றாகக் கோத்துச் சொடக்கெடுத்தபடி எழுந்துகொண்டபோது, அவருடைய நடையில் சின்னத் துள்ளல் தெரிந்தது, ‘யம்மாடி, அலங்காரம் முடிஞ்சதா’, என்றார் உள்ளே பார்த்து.

‘இதோ ஆச்சுங்க’, அவர் மனைவி நிர்மலாவின் குரல் மட்டும் கேட்டது.

‘அம்மணி இப்படிச் சொன்னா, இன்னும் அரை மணி நேரமாவது ஆகும்-ன்னு அர்த்தம்’, என்று தனக்குள் சொல்லிக்கொண்டவர், அநாவசியமாகப் பாடிக்கொண்டிருந்த தொலைக்காட்சியை அணைத்தார். பால்கனியில் நின்றபடி வெளியே வானத்தைப பார்க்கத் தொடங்கினார்.

இன்றைய தினம், வேறெதையும் செய்யப் பிடிக்கவில்லை. ரயில் வரும்வரை, அதில் பாலா வரும்வரை சும்மா கையைக் கட்டிக்கொண்டு வேடிக்கை பார்ப்பதுதான் சுகம் என்று தோன்றுகிறது. அறிமுகமில்லாத பரபரப்பும் எதிர்பார்ப்பும் நெஞ்சை ஆக்கிரமித்திருக்கிறது.

இத்தனைக்கும், போன மாதம்தான் நான்கு நாள் விடுமுறையில் பாலா இங்கே வந்திருந்தான். அப்போதெல்லாம் இந்தப் பரபரப்பு இல்லை. ரயிலடியில் அவனை வரவேற்கவேண்டும் என்று அதிகாலையில் எழுந்து குளித்துத் தயாராகி ஓடவில்லை.

போன மாதத்துக்கும் இந்த மாதத்துக்கும் இடையே ஒரே ஒரு வித்தியாசம்தான். ஆனால், மிக முக்கியமான வித்தியாசம்.

நேற்று மாலை, பாலாவுக்குப் பெரிய சாஃப்ட்வேர் கம்பெனியொன்றில் வேலை கிடைத்திருக்கிறது. நியமனக் கடிதத்துடன் கிளம்பி வந்துகொண்டிருக்கிறான்.

அந்தச் செய்தி கேட்டதிலிருந்தே, ராகவேந்தரால் தன்னுடைய உணர்ச்சிகளைக் கட்டுப்படுத்திக்கொள்ள முடியவில்லை. என்றைக்காவது நடக்கும் என்று உறுதியாகத் தெரிந்த விஷயம்தான். என்றாலும், தன் மகன் சொந்தக் காலில் நிற்கத் தயாராகிவிட்டான் என்பதை உறுதி செய்துகொண்ட எந்தத் தகப்பனுக்கும், இந்தத் துள்ளல் நடை தானாக வந்துவிடும்போலிருக்கிறது.

அசந்தர்ப்பமாக அவருக்குச் சதீஷின் நினைவு வந்தது. அவருடைய கற்பனையில், தலைக்குமேல் வரிசையாக ஆறு தொப்பிகளை அணிந்துகொண்டு சிரித்தான் அவன்.

ஆறு தொப்பியெல்லாம் வேண்டாம், இது உணர்ச்சிவயப்படுவதற்கு மட்டுமான நேரம் என்று நினைத்துக்கொண்டார் ராகவேந்தர். அதற்குக்கூட ஒரு தொப்பி இருக்கிறதே, மஞ்சளா, சிவப்பா, அல்லது நீலமா?

ராகவேந்தர் யோசித்து ஒரு முடிவுக்கு வருவதற்குள், பின்னாலிருந்து, 'நான் ரெடி', என்று குரல் கேட்டது. சட்டென்று எல்லாத் தொப்பிகளையும் விசிறியடித்துவிட்டு, ரயில் நிலையத்துக்குக் கிளம்பினார்.

★

ரயில் நிலையப் படிக்கட்டுகளுக்கு, வானவில்போல் விதவிதமான வர்ணங்கள் பூசியிருந்தார்கள். ஏறுகிறவர்களுக்கும் இறங்குகிறவர்களுக்கும்தான் அதை நின்று ரசிப்பதற்கு நேரமில்லை.

கோடை விடுமுறைக் காலம் எப்போதோ முடிந்துவிட்டது. ஆனாலும், ரயிலில் ஜனக் கூட்டம் குறைவதாகத் தெரியவில்லை. பயணம் செய்கிறவர்களும், அவர்களை வழியனுப்ப வந்தவர்களுமாக நெரிசல் பிழிந்து தள்ளிக்கொண்டிருந்தது.

ராகவேந்தர், நிர்மலா, வேலு மூவரும் மக்கள் வெள்ளத்தில் எதிர் நீச்சல் போட்டுதான் முன்னேறவேண்டியிருந்தது. எப்படியோ படிகளில் ஊர்ந்து பாலத்தின்மீது ஏறியபிறகு, கொஞ்சம் நிம்மதியாக மூச்சுவிடமுடிந்தது.

அருகருகே வரிசையாகப் படுத்துத் தூங்கும் பாம்புகளைப்போல, ஏழெட்டு ரயில்கள் தண்டவாளங்களின்மீது ஓய்வெடுத்துக்கொண்டிருந்தன. எங்கிருந்தோ ஒரு ரயில் சத்தமாகக் கூவிக் கிளம்பியது.

பாலத்தின் மேலும் கீழும் ஏகப்பட்ட மக்கள் கொஞ்சூண்டு இடத்துக்கு முட்டி மோதிக்கொண்டிருக்கையில், இங்கே ரயில்களுக்குமட்டும் விசேஷமான, சவுகர்யமான தனிப் பாதை போட்டுத் தரப்பட்டிருப்பது ராகவேந்தருக்கு விநோதமாகத் தோன்றியது. சிலருக்கு மட்டும் எப்படியோ இதுபோன்ற விசேஷ அந்தஸ்து அமைந்துவிடுகிறது. மற்றவர்கள் முட்டி மோதிதான் முன்னேற வேண்டியிருக்கிறது.

அவர்கள் நான்காவது பிளாட்ஃபாரத்தின் படிகளில் இறங்கத் தொடங்கினார்கள். 'லேட் ஆயிடுச்சாங்க? ரயில் வந்திருக்குமா?', நிர்மலாவுக்கு லேசாக மூச்சிரைத்தது.

'இல்லைம்மா, இன்னும் கால் மணி நேரத்துக்குமேல இருக்கு', என்றபடி இன்னொருமுறை கைக் கடிகாரத்தில் மணி பார்த்துக்கொண்டார் ராகவேந்தர். அவர் எதிர்பார்த்ததுபோல, பிளாட்ஃபாரம் கிட்டத்தட்ட காலியாகவே இருந்தது.

குளிர்ச்சியான இரும்பு நாற்காலியொன்றில் அவர்கள் வசதியாக அமர்ந்துகொண்டார்கள். வேலு மரியாதையான தூரத்தில் இன்னொரு பெஞ்சைக் கண்டுபிடித்து உட்கார்ந்தான்.

பாலாவுக்காகக் கொண்டுவந்திருந்த தண்ணீர் பாட்டிலில், நீளமான பனிக்கட்டி ஒன்று ஜோராக மிதந்து கொண்டிருந்தது. அதை அவர் சுவாரஸ்யமாக வேடிக்கை பார்த்துக்கொண்டிருக்கையில், கிசுகிசுப்பான குரலில், 'என். கே.டி. வந்திருக்காருங்க', என்றார் நிர்மலா.

சட்டென்று ராகவேந்தரின் முகம் மாறியது. அவனா? திருட்டுப் பயல் இந்த நேரத்தின் இனிமையைக் கெடுப்பதற்காகவே கிளம்பி வந்திருக்கிறானா?

பிளாட்ஃபாரத்தை வேடிக்கை பார்ப்பதுபோல் மெதுவாகத் திரும்பிப் பார்த்தார் ராகவேந்தர். அவன்தான். அந்த முகத்தை எத்தனை தொலைவிலிருந்தும் அவரால் மயிரிழைத் துல்லியத்தில் அடையாளம் காணமுடியும்.

அவன் செய்ததெல்லாம் மறக்கக்கூடிய காரியமா? இனிமேல் இந்தத் துரோகியின் சகவாசமே வேண்டாம் என்று அருவருப்போடு ஒதுங்கிவந்து பல வருடங்களாகிவிட்டன. இப்போது கொஞ்சமும் எதிர்பாராமல் இந்தச் சந்திப்பு.

ராகவேந்தர் அந்த என்.கே.டி.யையே முறைத்துப் பார்த்துக்கொண்டிருக்கையில், அவரும் யதேச்சையாக இந்தப் பக்கம் திரும்பினார். அந்த ஒற்றை விநாடிப் பார்வையில் பற்றிக்கொண்ட நெருப்பின் வெம்மை தாளாமல், சட்டென ஒரே நேரத்தில் இருவரும் முகத்தைத் திருப்பிக்கொண்டார்கள்.

'அவர் எதுக்குங்க இங்கே வந்திருக்கார்?', மீண்டும் கிசுகிசுப்பான குரலில் கேட்டார் நிர்மலா.

'எனக்கென்ன தெரியும்?', கோபமாக எரிந்து விழுந்தார் ராகவேந்தர், 'ரயிலுக்கு வெடி வைக்க வந்திருப்பான், பொறுக்கிப் பய.'

அவர் சொன்னது என்.கே.டி.க்குக் கேட்டிருக்குமோ என்று நிர்மலா பதறுகையில், ரயில் வந்துவிட்டது. அவர்கள் அவசரமாக எழுந்துகொண்டார்கள்.

'S8' பெட்டியின் வாசலிலேயே பாலா நின்றிருந்தான். இவர்களைப் பார்த்ததும் மிக உற்சாகமாகக் கையசைத்தான். அந்தத் துள்ளலில் இணைந்துகொண்டவாறு, பெட்டி செல்லும் திசையில் எல்லோரும் நடக்கத் தொடங்கினார்கள்.

இருபதடி நகர்ந்து நின்ற ரயிலிலிருந்து குதித்து இறங்கினான் பாலா. ஓடாத குறையாக அவர்களை நோக்கி நடக்கத் தொடங்கியவன், திடீரென்று நின்று, இடது பக்கம் திரும்பினான். ஆச்சர்ய விழிகளோடு, 'ஹலோ என்.கே.டி. அங்கிள், நீங்க எப்படி இங்கே?', என்றான்.

6

காரில் யாரும் எதுவும் பேசிக்கொள்ளவில்லை. வழக்கமாக வளவளவென்று விடாமல் வம்பளந்துகொண்டிருக்கிற டிரைவர் வேலுகூட, இப்போது மௌனமாக ரோட்டைப் பார்த்து ஓட்டிக்கொண்டிருந்தான்.

பாலாவுக்குப் பிரச்னை என்னவென்று புரியவில்லை. ஆனால், அப்பா எதற்காகவோ கோபமாக இருக்கிறார் என்பதுமட்டும் தெளிவாகத் தெரிந்தது. அதைப்பற்றி நேரடியாகக் கேட்கலாமா, வேண்டாமா என்று உள்ளுக்குள் குழம்பிக்கொண்டிருந்தான்.

இறுகிய முகத்துடன் அமர்ந்திருந்த ராகவேந்தரின் நினைவில், என்.கே.டி.யும் பாலாவும் சிரித்துப் பேசிக்கொண்டிருந்தார்கள். எத்தனை முயன்றாலும், அந்தக் காட்சியை மட்டும் அவரால் மறந்து ஒதுக்கிவிடமுடியவில்லை.

மிக யதேச்சையான நலம் விசாரிப்புதான். என்றாலும், இதன்மூலம் மனத்தளவில் தனக்கும் பாலாவுக்கும் ஒரு பெரிய இடைவெளி உண்டாகிவிட்டதுபோல் உணர்ந்தார் அவர்.

அடச்சீ, இது என்ன சின்னப் பிள்ளைத்தன்ம்? யாரோ ஒரு என்.கே.டி.யிடம் கைகுலுக்கிப் பேசியதற்காக, என் மகனும்

எனக்கு விரோதியாகிவிடுவானா? அவன் இப்போது என்ன பெரிதாகத் தப்பு செய்துவிட்டான்? சினிமாவில் வருவதுபோல் என்.கே.டி. மகளைக் காதலித்துக் கல்யாணம் செய்துகொண்டு மாலையும் கழுத்துமாக வந்து நிற்கிறானா என்ன?

இந்தக் கற்பனையில், ராகவேந்தருக்குச் சட்டென்று சிரிப்பு வந்துவிட்டது. அதைச் சிரமப்பட்டு அடக்கியபடி, ஜன்னலுக்கு வெளியே வேடிக்கை பார்ப்பதுபோல் திரும்பிக்கொண்டார்.

சில நிமிடங்களுக்குப்பிறகு, கார் அவர்களுடைய வீட்டினருகே திரும்பியது. மூன்று முறை ஹார்ன் ஒலித்துப் பொறுமையிழந்தபிறகு, பெரிய சல்யூட் சகிதம் கதவு திறந்தது.

காரிலிருந்து இறங்கும்போது, மீண்டும் ஒரு நமுட்டுச் சிரிப்பைத் தனக்குள் மறைத்துக்கொண்டார் ராகவேந்தர். நல்லவேளை, என்.கே.டி.க்குக் கல்யாண வயதில் பெண் இல்லை!

★

‘கொலைப்பசி’ என்றபடி டைனிங் டேபிள் வந்த பாலாவுக்கு, மூன்றரையாவது இட்லியில் பசியாறிவிட்டது.

‘இன்னும் ஒரே ஒரு இட்லி போட்டுக்கோ கண்ணு’, கொஞ்சம் கெஞ்சல், மிச்சம் கொஞ்சலாகக் கேட்டார் நிர்மலா

‘சான்ஸே இல்லை’, என்றான் பாலா, ‘எங்க மெஸ்ல பட்டன் சைஸுக்குக் குட்டியூண்டு இட்லிதான் போடுவாங்க, நீ என்னடான்னா ஒரு குடம் மாவு ஊத்தி ஒரு இட்லி பூத்ததாம்ன்னு இம்மாம்பெரிசு இட்லி செஞ்சிருக்கே.’

அம்மா, மகன் விளையாட்டைப் புன்னகையோடு ரசித்துக்கொண்டிருந்த ராகவேந்தர், ‘இட்லி போதும்ன்னா, டீ கொண்டுவரச் சொல்லும்மா’ என்றார்.

‘க்ரேட் ஐடியா’, என்று கட்டை விரல் உயர்த்திக் காண்பித்தான் பாலா, ‘குண்டு இட்லி, கெட்டிச் சட்னி, காரமான மொளகாப்பொடி, அப்புறம் சூடா ஒரு டீ, செம காம்பினேஷன்!’

அழகான பீங்கான் கோப்பைகளுக்கு மத்தியில், தேநீரும், பாலும் தனித்தனி கூஜாக்களில் வந்தன. கூடவே, சர்க்கரை, சில எலுமிச்சைத் துண்டுகள்.

தனக்கும் பாலாவுக்கும் இரண்டு கோப்பைகளை எடுத்துக்கொண்ட ராகவேந்தர், முதலில் சூடான தேநீரை முக்கால் பாகம் நிரப்பினார். பிறகு, அதில் பாலை ஊற்றிக் கலக்கினார்.

இதைக் கவனித்துக்கொண்டிருந்த பாலா, 'நீங்க பணக்கார ஜாதி-ன்னு நிரூபிச்சுட்டிங்கப்பா', என்றான் திடீரென்று.

ராகவேந்தருக்குத் தூக்கிவாரிப்போட்டது. சம்பந்தமில்லாமல் எதற்கு என்னென்னவோ பேசுகிறான் இவன்?

பாலாவின் முகத்தில் குறும்புச் சிரிப்பு, 'ஒருத்தர் எப்படி டீ தயார் பண்றார்-ங்கறதை வெச்சே, அவர் பணக்காரரா, ஏழையா-ன்னு சொல்லிடமுடியும், தெரியுமாப்பா?'

'அது எப்படி?'

'ரொம்ப ஈஸி', என்று கைகளை அழுந்த தேய்த்துக்கொண்டான் பாலா, 'இப்போ இங்கே டீ, பால் ரெண்டுமே இருக்கு. நீங்க எதை முதல்ல எடுத்து ஊத்தினீங்க?'

'டீ', என்றார் ராகவேந்தர், 'ஆனா, அதுக்கும் இதுக்கும் என்ன சம்பந்தம்?'

அவருடைய கேள்விக்கு பதில் சொல்லாமல், 'காலிக் கோப்பையில நீங்க சூடான டீயை ஊத்தும்போது, அது உடைஞ்சுடாதா?', என்று கேட்டான் பாலா.

'நோ சான்ஸ்', அனிச்சையாக ராகவேந்தரின் குரல் உயர்ந்தது, 'இது எல்லாமே இம்போர்ட்டட் பீங்கான். நல்லா சூடு தாங்கும்.'

'எக்ஸாக்ட்லி', என்று கைதட்டிச் சிரித்தான் பாலா, 'நம்மகிட்டே உசத்தி பீங்கான் இருக்கு. அதனால, அது உடைஞ்சுடுமோங்கற கவலை இல்லாம, சூடான டீயை நேரடியா ஊத்தறோம்.

ஒருவேளை, இது சுமாரான, அல்லது மட்டமான பீங்கானா இருந்திருந்தா, முதல்ல சூடு குறைவான பாலை ஊத்திட்டு, அதுக்கப்புறம்தான் டீயைக் கலந்திருப்போம், இல்லையா?’

ராகவேந்தருக்கு இப்போது விஷயம் புரியத் தொடங்கியிருந்தது. அதற்கு அடையாளமாக, அவருடைய உதடுகளில் ஒரு பெரிய புன்னகை படர்ந்தது.

‘அந்தக் கால இங்கிலாந்தில கண்டுபிடிச்ச விஷயம் இது’, என்றான் பாலா, ‘ஒருத்தர் பணக்காரரா, ஏழையா, நாகரிகமானவரா, அச்சுப்பிச்சுவா-ன்னு தெரிஞ்சுக்கறதுக்கு, அவங்க முன்னாடி கொஞ்சம் டீ, கொஞ்சம் பால், ஒரு காலிப் பீங்கான் கப் மூணையும் வெச்சாப் போதும். டீயை முதல்ல எடுத்து ஊத்தறவங்களைமட்டும்தான் அவங்க மதிப்பாங்க.’

‘எங்க பசங்க வட்டாரங்கள்ல இதுக்கு ஃபார்முலா டீ-ன்னு செல்லப் பேரு’, என்று பாலா சிரிப்போடு குறிப்பிட்டபோது, ராகவேந்தருக்கு ஆச்சர்யம், ‘காலேஜ் பிள்ளைங்களுக்கு எதுக்கு இந்தமாதிரி வெட்டி ஆராய்ச்சியெல்லாம்?’

‘இப்போல்லாம், பெரிய கம்பெனிகள்ல வேலைக்கு ஆள் எடுக்கறதுக்குமுன்னாடி, இந்தமாதிரி சில சின்னச்சின்ன டெஸ்ட் வைக்கிறாங்கப்பா’, டீயை அனுபவித்து உறிஞ்சியபடி சொன்னான் பாலா, ‘நாம என்ன படிச்சிருக்கோம், எவ்வளவு விஷயங்கள் தெரிஞ்சுவெச்சிருக்கோம், எவ்வளவு வேகமா சிந்திக்கறோம்-ங்கறதுபோலவே, நம்மோட பழக்க வழக்கங்களையும் இப்படி நாசூக்கா அலசிப்பார்த்துதான் ஒருத்தரை செலக்ட் பண்றாங்க.’

அதன்பிறகு சிறிது நேரத்துக்கு அவர்கள் பொதுவான சாப்பாட்டு மேஜை நாகரிகங்களைப்பற்றிப் பேசிக்கொண்டிருந்தார்கள். இவையெல்லாம் வாழ்க்கைக்கு எந்த அளவு முக்கியம், அவசியம் என்கிற விஷயத்தில் மட்டும் அவர்களால் நிச்சயமான ஒரு முடிவுக்கு வரமுடியவில்லை.

‘நாய் வேஷம் போட்டா, குலைச்சுதானே ஆகணும்’,

என்றபடி எழுந்துகொண்டார் ராகவேந்தர், 'ஃபார்முலா டீ மாதிரி விஷயங்களைப் புரிஞ்சு ஃபாலோ பண்றமோ இல்லையோ, மத்தவங்க நம்மைப்பத்தி கௌரவமா நினைக்கணும்-ங்கறதுக்காகவாச்சும் இப்படிச் சில வேஷங்கள் போடவேண்டியிருக்கு.'

ஆமோதிப்பாகப் புன்னகைத்த பாலா, 'வெளியே கிளம்பிட்டீங்களாப்பா?', என்றான்.

'ஆமாம்ப்பா, ஃபேக்டரியில கொஞ்சம் வேலை இருக்கு.'

அவர் அப்படிச் சொன்னபோது, பாலாவுக்குச் சட்டென்று தன்னுடைய இன்டர்வ்யூ ஞாபகம் வந்தது. கூடவே, அந்தக் குறுந்தாடிக்காரர் கேட்ட கேள்வியும், 'உங்க அப்பாவோட தொழிலை அவருக்கப்புறம் நீங்க ஏத்துக்கமாட்டீங்களா?'

ஓர் இளைஞனுக்கு இணையான சுறுசுறுப்புடன் கிளம்பிக்கொண்டிருக்கும் ராகவேந்தரை, அமைதியாக வேடிக்கை பார்த்துக்கொண்டிருந்தான் பாலா. அலுவலகம் வேறு, வீடு வேறு என்று மொத்தமாகப் பிரித்துவைப்பதெல்லாம் நல்ல விஷயம்தான். ஆனால், ஒரு பேச்சுக்காவது, 'சும்மாதானே இருக்கே? நீயும் ஃபேக்டரிக்கு வாயேன்', என்று இவருக்கு ஏன் கூப்பிடத் தோன்றவில்லை?

அது சரி, 'நானும் ஃபேக்டரிக்கு வரட்டுமா' என்று எனக்கு ஏன் கேட்கத் தோன்றவில்லை?

ராகவேந்தர் படிகளில் இறங்கிக் கார்க் கதவை நெருங்கும்வரை, பாலாவுக்கு அந்த தைரியம் வரவில்லை. அதன்பிறகு, சட்டென எழுந்து அவரை நோக்கி நடந்தான், 'அப்பா, எனக்கு இங்கே ரொம்ப போரடிக்குது, நானும் உங்களோட சும்மா ஃபேக்டரிக்கு வரலாமா?'

அந்தக் கேள்வியை ராகவேந்தர் கொஞ்சமும் எதிர்பார்த்திருக்க வில்லை என்பது தெள்ளத்தெளிவாகத் தெரிந்தது. 'வா', என்றோ, 'வராதே' என்றோ உடனடியாகச் சொல்லமுடியாமல் வார்த்தைகளுக்குத் திணறினார் அவர்.

'என்னாச்சுப்பா? நான் வரலாமா, கூடாதா?'

'வேண்டாமே', என்றார் ராகவேந்தர்.

'ஃபார்முலா டீ'போல நம் இமேஜை உயர்த்துகிற இன்னும் சில சாப்பாட்டு மேஜை ரகசியங்கள்

கையால் சாப்பிடுவது தப்பே இல்லை. ஆனால், பிஸினஸ் சம்பந்தமான பார்ட்டிகளில், ஸ்பூன், ஃபோர்க்குக்குத் தனி மரியாதை உண்டு.

பெரிய ஹோட்டல்களில் சாப்பிடச் செல்லும்போது, அங்கே பெரிய கைக்குட்டை சைஸில் ஒரு துணி நாப்கின் வைத்திருப்பார்கள். அதை எடுத்து விரித்து, மடியில் போட்டுக்கொண்டால், தின்பண்டத் துண்டுகள் ஆடையை அழுக்கு செய்யாது.

சாப்பிடும்போது, அந்த நாப்கினால் உதட்டை அழுந்தத் துடைத்துக்கொள்வது தவறு. மெல்ல ஒற்றுவதுதான் சரி.

எதையும் ஒரே விழுங்கில் சாப்பிட்டு முடித்துவிடுவது அநாகரிகமாகக் கருதப்படுகிறது. ஆகவே, இத்தனூண்டு பஜ்ஜி, போண்டாவானாலும்கூட, அதை இரண்டு துண்டாகக் கடித்துச் சாப்பிடுவது நல்லது.

சின்ன வயதில் நம் அம்மா அடிக்கடி சொன்ன ஒரு விதிமுறை, பிஸினஸ் பார்ட்டிகளுக்கும் மிக முக்கியமானது - வாய்நிறையச் சாப்பாட்டை வைத்துக்கொண்டு, பேசக்கூடாது!

7

அந்தக் கட்டடம், மனிதர்களில் தொடங்கி, சுற்றிலும் ஆங்காங்கே முளைத்திருக்கிற புதர்ச் செடிகள்வரை எல்லாவற்றிலும் லேசான புழுதி படர்ந்திருந்தது. காற்றில் எங்கும் க்ரீஸ் வாசம் அடிப்பதுபோல் தோன்றியது.

நிஜமாகவே க்ரீஸுக்கு வாசனை உண்டா? பாலாவுக்குத் தெரியவில்லை. ஆனால், இங்கே நிற்கும்போது உள்ளுக்குள் லேசான ஓர் அசூயை. கரப்பான் பூச்சியை அடித்துவிட்டு, அதைத் தூக்கியெறியத் தயங்குவதுபோன்ற ஓர் அபத்த உணர்வு.

தனக்கு ஏன் இப்படி எல்லாவற்றையும் குறையாகவே நினைக்கத் தோன்றுகிறது என்று பாலாவுக்குக் குழப்பமாக இருந்தது. இந்தக் கம்பெனி என்னுடையது, நான்தான் இதன் வருங்கால முதலாளி என்று ஏன் நெஞ்சு நிமிர்த்தி நடக்க முடியவில்லை? இங்கே கால் பதித்த விநாடியிலிருந்து, ஏதோ குற்றம் செய்துவிட்டவன்போல் கூனிக் குறுகிப்போகிறேனே, எதனால்?

இதை நினைக்கும்போது, பாலாவுக்குத் தன்னுடைய கல்லூரி வொர்க் ஷாப் ஞாபகத்துக்கு வந்தது. மடிப்புக் கலையாத

ஆடைகளை உடுத்திய மாணவர்களும் மாணவிகளும், தங்களுக்குள் அலங்காரமாக ஆங்கிலம் பேசியபடி, நாசூக்காகக் கைநோகாமல் 'உழைக்கும்' விநோதமான பிரதேசம் அது.

முதல் ஆண்டுப் படிப்புக்குப்பிறகு, பாலா அந்த 'வொர்க் ஷாப்'பினுள் மறுபடி நுழையவேண்டிய அவசியமே ஏற்படவில்லை. ஆனால், அந்தச் சொற்ப அனுபவமே, ஜென்மத்துக்கும் போதும் என்றிருந்தது.

அங்கிருந்த இயந்திரங்கள் எவற்றோடும், பாலாவுக்கு நெருங்கிய பரிச்சயமோ, நேசமோ உண்டாகியிருக்கவில்லை. ஆனால், வாரம் இரண்டு நாள் வொர்க் ஷாப் சென்று உழைத்தால்(?) தான், மெக்கானிக்கல் எஞ்சினியரிங் பாடத்தில் பாஸ் மார்க்காவது கிடைக்கும்.

இதனால், கம்ப்யூட்டர் படிக்கிறவர்கள் தொடங்கி, கட்டடப் பொறியியல் சேர்ந்திருப்பவர்கள்வரை எல்லோரும், முதல் வருடப் படிப்பின்போது செக்கச் சிவந்த இரும்பைச் சம்மட்டி தூக்கி அடிக்கவேண்டியிருந்தது, உலோகத் தகட்டைக் கைவலிக்கத் தேய்த்து, மரத்தை இழைத்து விதவிதமான பொருள்களைச் செய்து காண்பித்தாகவேண்டிய கட்டாயத்தை யாராலும் தவிர்க்கமுடியவில்லை.

வொர்க் ஷாப் தினங்களின் மாலைகள், இயலாமைக் கோபத்தோடு கரையும். கை, கால், இடுப்பு என்று உடம்பின் ஒவ்வொரு பாகமும் தனித்தனியே வலிப்பதுபோலத் தோன்றும், 'நாமெல்லாம் இங்கே எஞ்சினியரிங் படிக்கச் சேர்ந்தோமா, இல்லை, கூலித் தொழில் கத்துக்க வந்தோமா?', என்று சிலர் ஆவேசப்படுவார்கள்.

உடனே, 'ஏன்? கூலித் தொழில்ன்னா கேவலமா?', என்று ஒரு வாதத்தை யாரேனும் கொளுத்திப்போடுவார்கள்.

இந்தக் கேள்விக்கு யாரிடமும் சரியான பதில் இருக்காது. ஆனால், எஞ்சினியரிங் படிக்கச் சேர்ந்தவர்கள் ஏன் சம்மட்டி தூக்கி அடித்து வேலை செய்யவேண்டும் என்று கடைசிவரை

யாருக்கும் புரியவில்லை. முதல் வருடப் படிப்பு முடிந்து, இனிமேல் வொர்க் ஷாப் தொல்லை இல்லை என்றானபோது, எல்லோருக்கும் அந்தச் சுதந்தரம் தேனாக இனித்தது.

வாரத்தில் இரண்டு நாள், அதுவும் ஒன்றரை மணி நேரம் இயந்திரங்களுடன் வேலை செய்வதற்குள், வேர்த்து விறுவிறுத்து வாழ்க்கையே சலித்துப்போய்விட்டது. ஆனால் இங்கே உள்ளவர்கள், வருடம்முழுவதும், வாழ்நாள்முழுவதும் அதையே செய்தாகவேண்டிய கட்டாயம்.

இவர்களும், மாலையில் வீடு திரும்பியதும், தொழிற்சாலையை, அதன் முதலாளியை, தங்களை இந்த நிலைக்குத் தள்ளிவிட்ட சமூகத்தைத் திட்டித் தீர்ப்பார்களோ? ஒரு சின்னச் சலிப்புணர்வைக்கூட வெளிப்படுத்தாமல் தொடர்ந்து இந்தமாதிரியான உடல் உழைப்பை வெளிப்படுத்திக்கொண்டிருப்பது எப்படி சாத்தியம்?

எவ்வளவு முயன்றும், பாலாவால் இக்கரைப் பச்சையைப் புரிந்துகொள்ளமுடியவில்லை. வெள்ளைக் காலருக்குப் பழகியவர்களால், அதுமட்டும்தான் கௌரவம் என்கிற நினைப்பில் ஊறிவிட்டவர்களால், அழுக்குப் படிந்த ஆடைகளின் நியாயங்களை உணர்ந்துகொள்ளமுடியாது போலிருக்கிறது.

தொழிற்சாலைக்குள்ளிருந்து விதவிதமான சப்தங்கள் தொடர்ந்து கேட்டுக்கொண்டிருந்தன. மொழி புரியாத பாடலைக் கேட்பதுபோன்ற சுவாரஸ்யத்துடன் பாலா அதைச் சுற்றி வந்துகொண்டிருந்தான். வாயில் ஒரு மெலிதான சீட்டி ஒலி தொற்றியிருந்தது.

இங்கே யாருக்கும் அவனைத் தெரியாது. பாலாவை ஃபேக்டரி வாசலில் இறக்கிவிட்டு, 'ஒரு முக்கியமான மீட்டிங், அதை முடிச்சுட்டு வந்துடறேன்', என்று சொல்லிச் சென்ற அப்பா, எப்போது திரும்புவாரோ தெரியாது. அவர் வரும்வரை, அல்லது கால் வலிக்கும்வரை இப்படியே கண் போனபோக்கில் நடந்துகொண்டிருக்கவேண்டியதுதான்.

பாலாவுக்கு இந்தச் சுதந்தரம் பிடித்திருந்தது. தன் அப்பாவால் இதனை அனுபவிக்கமுடியாது என்பதையும் அவனால் புரிந்துகொள்ளமுடிந்தது. அதனால்தான் இந்தத் தொழிற்சாலைக்கும் தனக்கும் இருக்கிற ஜென்மாந்திரத் தொடர்பை நினைக்கும்போதெல்லாம் தனக்குள் ஒரு சங்கட உணர்வு பரவுகிறது என்று ஊகித்துக்கொண்டான் அவன்.

தொழிற்சாலைக்குச் சற்றுத் தொலைவில், கோபித்துக்கொண்ட சிறுவனைப்போல ஒரு சின்னக் கட்டடம் நின்றிருந்தது. பொருள்களைச் சேமித்துவைக்கிற கொடௌனாக இருக்கலாம் என்று நினைத்தபடி அதனருகே சென்றான் பாலா.

மிகப் பெரிய ஷட்டர் கதவுகளில் துருப்பிடித்திருந்தது. தனக்குள் என்ன இருக்கிறது என்பதற்கான சிறு அடையாளமும் காட்ட விரும்பாத, ஜன்னல்களற்ற கட்டடம்.

அந்தக் கட்டடத்தின் வாசலில், யாரோ சுருண்டு படுத்திருந்தார்கள். பாலாவின் ஷூ எழுப்பிய சப்தத்தில் அந்த நபரின் தூக்கம் அல்லது மயக்கம் கலைந்திருக்கவேண்டும்.

லேசான எரிச்சலோடு எழுந்து உட்கார்ந்த அவருக்கு, முப்பத்தைந்து வயது மதிக்கலாம். முகத்தில் மூன்று நாள் தாடி, புருவங்கள் தொய்ந்து சரிந்திருந்த அலட்சியம். பாலாவைக் கூர்ந்த கண்களால் நோட்டமிட்டுவிட்டு, ‘குட்மார்னிங்’, என்றார் அவர்.

‘குட் ஆஃப்டர்நூன்’, என்றான் பாலா. அடுத்து, ‘நீங்க யாரு?’, என்று விசாரிப்பது நாகரிகமாகத் தோன்றவில்லை. ஆகவே, மௌனமாக அவர் முகத்தையே பார்த்துக்கொண்டிருந்தான்.

‘என் பேர் கார்த்திகேயன்’, என்றபடி எழுந்துகொண்டார் அவர், ‘நீங்க இந்த ஃபேக்டரியில புதுசா வேலைக்குச் சேர்ந்திருக்கீங்களா?’

‘ஆ - ஆமாம்’, என்றான் பாலா. இப்போதைக்கு, இந்தப் பொய்தான் அதிக அவஸ்தையில்லாதது என்று அவனுக்குத் தோன்றியது.

‘வெரி குட்’ என்றபடி அவர் பாலாவை நெருங்கினா. நடையில் தள்ளாட்டம் இல்லை, குரல் தடுமாறவில்லை, நாடகத்தனமாக மேலே விழுந்து புரளவில்லை, ஆனால், சுவாசத்தில் குப்பென்று பரவியிருந்த அழுகிய நாற்றம், அவர் நிதானத்தில் இல்லை என்று சொன்னது.

யாரேனும் பகல் நேரத்தில் குடிப்பார்களா? பாலாவுக்கு ஆச்சர்யம் தாங்கவில்லை. யார் இந்தக் கார்த்திகேயன்? தொழிற்சாலை யூனிஃபார்ம் அணியாததால், இவர் இங்கே வேலை பார்ப்பவராக இருக்காது என்று அவனுக்குத் தோன்றியது.

‘என் பேர் கார்த்திகேயன்’, அவசியமில்லாமல் மீண்டும் ஒருமுறை சொன்னார் அவர், ‘நான் இங்கே ஒரு ஃபோர்மேன்’, என்றவர் ஒரு சின்ன இடைவெளி விட்டு, ‘நேத்திவரைக்கும்’, என்றார்.

‘ஏன்? என்னாச்சு?’

‘முதலாளி என்னை வேலையை விட்டுத் தூக்கிட்டார்’, முகத்தில் சின்னச் சலனமும் இல்லாமல் சொன்னார் அவர், ‘குடிச்சுட்டு வேலைக்கு வரக்கூடாதாமே, நான் வந்தேன், அவருக்குப் பிடிக்கலை, வெளியே போடா-ன்னுட்டார்.’

லேசான சங்கடத்தோடு சுற்றிலும் பார்த்துக்கொண்டான் பாலா. இதுபோன்ற ஒரு விவாதத்தில், அல்லது விவகாரத்தில் சிக்கிக்கொள்ள அவன் கொஞ்சமும் விரும்பவில்லை. இந்த விநாடியில், அப்பாவுக்கு மீட்டிங் முடிந்து இங்கே தோன்றிவிட்டால் நன்றாக இருக்குமே என்று தோன்றியது.

‘குடிக்கிறது தப்பா சார்?’, என்றார் அவர், ‘எனக்கு அப்பா, அம்மா, பொண்டாட்டி, புள்ளை-ன்னு யாருமே கிடையாது, நான் குடிச்சு அழிஞ்சுபோனா இவங்களுக்கு என்ன சார் பிரச்னை?’

பாலாவுக்கு என்ன பதில் சொல்வது என்று தெரியவில்லை. எதற்கு வம்பு என்று மையமாகத் தலையாட்டிவைத்தான்.

'ஒரு நாளைக்கு எட்டு மணி நேரம் வேலை செய்யணும்-ன்னு ரூல்ஸ் சொல்லுது சார்', என்றபடி மொட்டை வெயிலில், சிமென்ட் தரையில் சம்மணமிட்டு அமர்ந்துகொண்டார் அவர். பாலாவை நிமிர்ந்து பார்த்து, 'நான் அந்த வேலையை ரெண்டு மணி நேரத்தில செஞ்சுடுவேன், மீதி ஆறு மணி நேரமும் நான் குடிச்சு என்ஜாய் பண்றேன், அதைக் கேட்க இந்த முதலாளி யார் சார்?'

பாலாவின் ஆமோதிப்பையோ அல்லது பதிலையோ அவர் எதிர்பார்ப்பதாகவே தெரியவில்லை. அணை உடைத்துக் கொண்டாற்போல் தொடர்ந்து பேசிக்கொண்டிருந்தார், 'இந்த ஃபேக்டரியில, நான் மணிக்கணக்கா வேர்வை சிந்தி உழைக்கறேன்-னு பந்தா காட்டினாதான் சார் மரியாதை. நான் புத்திசாலிடா, அதே வேலையைக் கொஞ்ச நேரத்தில செஞ்சு முடிச்சுடுவேன்-னு சொன்னா அலட்சியமாப் பார்க்கிறாங்க, மூளை உழைப்பை ஒரு பய மதிக்கிறதில்லை.'

அவர் பேசப்பேச, பாலாவுக்கு முதன்முறையாகச் சுவாரஸ்யம் தட்டியது. எல்லாவற்றையும் இயந்திரமயமாக்கிப் பார்க்கிற தொழிற்சாலையில், மூளை உழைப்பைப்பற்றிப் பேசுகிறாரே, யார் இவர்?

தரைச் சூட்டை, ஆடை அழுக்காவதைப் பொருட்படுத்தாமல், அந்தக் கார்த்திகேயனுக்குப் பக்கத்தில், சம்மணம் போட்டு உட்கார்ந்துகொண்டான் பாலா, 'என்னாச்சு சார்? கொஞ்சம் விளக்கமாச் சொல்லுங்க', என்றான் ஆவலுடன்.

8

‘**கை** நோவுதுப்பா’, என்றான் கார்த்திகேயன்.

‘எனக்கும்தான்’, என்று சிரித்தார் அப்பா, ‘இன்னும் பத்தே நிமிஷம், வேலை முடிஞ்சுடும், அதுக்கப்புறம் அப்பா உனக்கு ஐஸ் க்ரீம் வாங்கித் தர்றேன், சரியா?’

அரை டிராயரை ஏற்றிவிட்டுக்கொண்டு, சுவரை உப்புத் தாள் கொண்டு தேய்ப்பதைத் தொடர்ந்தான் அந்தச் சிறுவன். இந்தமுறையும், அப்பா நிச்சயமாக ஐஸ் க்ரீம் வாங்கித்தரப்போவதில்லை. ஆனால், அவர் சொல்வதுபோல் பத்து நிமிஷத்துக்குள் வேலை முடிந்துவிட்டாலாவது பரவாயில்லை.

அவனுடைய நண்பர்கள் எல்லோருக்கும், சனி, ஞாயிறுகள் நிஜமான விடுமுறைகளாக இருக்கின்றன. நாள்முழுவதும் வெயிலில் விளையாடி உற்சாகத்தில் திளைக்கிறார்கள், சந்தோஷம் பொங்கும் அவர்களுடைய முகங்களோடு, களைப்பில் தோய்ந்த தன்னை ஒப்பிட்டுப் பார்த்துக்கொள்ளவே அவனுக்குச் சங்கடமாக இருந்தது.

தனக்குமட்டும் ஏன் இப்படியெல்லாம் நடக்கிறது என்று வேதனையோடு வருந்திக்கொண்டான் கார்த்திகேயன். அவனுடைய பள்ளிக்கூடத்தில் லீவ் விடப்போகிறார்கள் என்று தெரிந்தாலே, அப்பாவுக்கு ஏதேனும் ஒரு மராமத்து வேலை சிக்கிவிடுகிறது. வீட்டுக்குப் பெயின்ட் அடிப்பது, பாத்ரூமில் குழாய் ரிப்பேர், தோட்டக் காய்கறிகளிடையே களை பிடுங்குவது, மாதாந்திர மளிகை சாமான்கள் வாங்குவது என்று எதையாவது இழுத்துப் போட்டுக்கொண்டு, அவனையும் துணையாகச் சேர்த்துக்கொண்டுவிடுகிறார்.

அப்பாவை எதிர்த்துப் பேசினால் அவருக்குப் பிடிக்காது. அடிக்கமாட்டார், முறைக்கவோ, கை ஓங்கவோகூட அவருக்குத் தெரியாது. ஆனால், எவ்வளவு அழுது, புரண்டு பிடிவாதம் பிடித்தாலும், ‘நீ இதைச் செய்துதான் தீரவேண்டும்’ என்கிற தன்னுடைய உறுதியிலிருந்து அரை இஞ்ச்கூட இறங்கிவரமாட்டார்.

கார்த்திகேயனுக்கும் வீட்டு நிலைமை ஓரளவு புரிந்திருந்தது. இந்த மாதிரியான சின்னச் சின்ன வேலைகளுக்கு, வெளியாள்களைக் கூப்பிட்டுச் சம்பளம் தருகிற அளவு அவர்களுக்கு வசதி இல்லை. ஆகவே, அப்பாவேதான் எல்லாவற்றையும் அரைகுறையாகவேனும் செய்துமுடிக்க வேண்டியிருக்கிறது. அதற்கு, அவருக்கு அவனுடைய உதவி கட்டாயம் தேவைப்படுகிறது.

‘வீட்டு வேலை செய்யறதெல்லாம் மட்டம்ன்னு நினைக்கக்கூடாது கார்த்தி’, இதமாகச் சொல்வார் அப்பா, ‘யார் கண்டது? நாளைக்கு இதுவே உனக்குச் சோறு போடலாம்.’

அப்பாமீது கார்த்திகேயனுக்கு ரொம்பப் பிரியம், மரியாதை. ஆனால், இந்த விஷயத்தில் மட்டும் அவருடைய வாதத்தை அவனால் எப்போதும் புரிந்துகொள்ளவோ, ஏற்றுக்கொள்ளவோ முடிந்ததில்லை. பள்ளியில் நன்றாகப் படித்து, டாக்டராகவோ, எஞ்சினியராகவோ, அல்லது கலெக்டராகவோ உயர்ந்துவிட்டால், அப்புறம் எதற்கு இந்த வீட்டு வேலை அவஸ்தையெல்லாம்?

இதை அவன் அப்பாவிடம் சொன்னபோது, அவர் நன்கு அனுபவித்துச் சிரித்தார். பின்னர் அந்தப் புன்னகையின் சுவடு மறையாமல், ‘எல்லோரும் கலெக்டராயிடமுடியாது கார்த்தி’, என்றுமட்டும் சொன்னார்.

அதன்பிறகும், அவனுடைய சனி, ஞாயிறுகள் வழக்கம்போல் மராமத்து வேலைகளில் பறிபோய்க்கொண்டிருந்தன. அப்பாவை எதிர்த்துப் பேசக்கூடாது என்கிற ஒரே காரணத்துக்காக, எல்லாவற்றையும் பல்லைக் கடித்துக்கொண்டு பொறுத்திருந்தான் அவன்.

அப்பாவின் பள்ளித் தோழர் ஒருவர், ஞாயிற்றுக்கிழமை சாயந்திரங்களில் அவரைப் பார்க்க வருவார். இருவரும் எலுமிச்சை சாயா குடித்தபடி மணிக்கணக்காகப் பேசுவார்கள். சிவராமகிருஷ்ணன் என்கிற பக்திமயமான பெயருடன் அவர் கம்யூனிசமும், உலக அரசியலும் பேசுவது, கார்த்திகேயனுக்குச் சத்தியமாகப் புரிந்ததில்லை.

ஆனால், அவன் முகத்தில் எப்போதும் படர்ந்திருக்கிற ஏமாற்றம் கலந்த ஏக்கத்தை அவர் எப்படியோ படித்துத் தெரிந்துகொண்டுவிட்டார். ‘என்ன விஷயம்?’, என்று அவராகக் கேட்டபோது, அப்பா சிரிப்போடு, ‘பையனுக்குக் கலெக்டராக ஆசை. அதனால, அவரை நான் வீட்டு வேலை செய்யச் சொல்றது பிடிக்கலை’, என்றார்.

அன்றைய தினம், தோழர் சிவராமகிருஷ்ணன் அவனை ஒரு நீண்ட உலா அழைத்துச் சென்றார், அப்பா நெடுநாள்களாக ஏமாற்றிவந்த ஐஸ் க்ரீமை நிஜமாகவே வாங்கித் தந்தார், அவனோடு தோளில் கைபோட்டு நெடுநாள் சிநேகிதர்போல் பேசினார்.

‘தம்பி, உடல் உழைப்பு-ங்கறது முக்கியம்தான். அதைக் கத்துக்காமலே, வெறும் மூளை உழைப்பால உசந்தவங்களும் உண்டு. ஆனா, எல்லோருக்கும் அந்த அதிர்ஷ்டம் கிடைச்சுடாது.’

உடல் உழைப்பு? மூளை உழைப்பு? கார்த்திகேயனுக்கு

அந்தக் கணத்தில் வெனிலா ஐஸ் க்ரீமின் ஜிலீர் சுவைதவிர வேறெதுவும் புரியவில்லை. என்றாலும், விளங்குவதுபோல் தலையாட்டிவைத்தான்.

‘இந்த ரெண்டில, நீ எதைத் தேர்ந்தெடுக்கப்போறேங்கறது உன்னோட சாமர்த்தியம்தான். ஆனா, சந்தர்ப்ப சூழ்நிலையால, ஒருவேளை நீ விரும்பாத ஒரு விஷயம் உன்மேல திணிக்கப்பட்டுட்டா, அதையும் சமாளிக்கிற சமயோஜித புத்தி வேணும்.’

கார்த்திகேயன் இன்னும் ஐஸ் க்ரீம்மீதுதான் கவனமாக இருந்தான். அதற்காகக் கோபித்துக்கொள்ளாமல், அவனுக்குப் புரியும்படியான ஓர் உதாரணத்தைக் கையில் எடுத்துக்கொண்டார் தோழர், ‘உனக்கு சர் ஐசக் நியூட்டன் தெரியும்தானே?’

‘ஓ, தெரியுமே.’

‘யார் அவர்?’

‘பெரிய விஞ்ஞானி. புவி ஈர்ப்பு விசையைக் கண்டுபிடிச்சவர்.’

‘வெரி குட்’, என்று அவன் தோளில் தட்டிக்கொடுத்தார் தோழர், ‘அவரை மாதிரி நீயும் பெரிய விஞ்ஞானியா வரணும்-ன்னா, அதுக்கு என்ன செய்யணும்?’

‘சைன்ஸ் ஒழுங்காப் படிக்கணும், எல்லா எக்ஸாம்லயும் நல்ல மார்க் எடுக்கணும்.’

‘அதுமட்டும் போதுமா?’, அவனைக் குறும்போடு பார்த்தார் அவர், ‘நிறைய பரிசோதனைகள் செஞ்சு பார்க்கணும், எதையும் கேள்வி கேட்கணும், ஒவ்வொரு விஷயத்தையும் நுணுக்கமா ஆராய்ஞ்சு புரிஞ்சுக்க முயற்சி செய்யணும், அதுதான் விஞ்ஞானிக்கு அழகு. இதைத்தான், மூளை உழைப்பு-னு சொல்றோம்.’

கார்த்திகேயனுக்கு இப்போது லேசாக விஷயம்

புரிகிறாற்போலிருந்தது. பள்ளிக்கூடத்தில் டீச்சர் சொல்லித்தருவதெல்லாம் மூளை உழைப்பு, வீட்டில் அப்பா பாடாகப் படுத்துவது உடல் உழைப்பு, சரியா?

அவனுடைய மனவோட்டத்தைப் புரிந்துகொண்டாற்போலச் சிரித்தார் தோழர், 'பலருக்குத் தெரியாத விஷயம், ஐசக் நியூட்டன் தன்னோட பரிசோதனைகளுக்குத் தேவையான கருவிகள் எல்லாத்தையும், அவரே கஷ்டப்பட்டுத் தயார் செய்வாராம். அவர்மட்டுமில்லை, இன்னும் கலிலியோ, லியனார்டோ டாவின்சி-ன்னு பல விஞ்ஞானிகள், இப்படி மூளை உழைப்போட, உடல் உழைப்பையும் கலந்து ஜெயிச்சவங்கதான்.'

'நம்ம சமூகத்தில, உடல் உழைப்புக்கு மரியாதையே இல்லை கார்த்தி', என்றார் தோழர், 'இது ரொம்பத் தப்பான விஷயம், மூளையால உழைக்கிறதுதான் உசத்தி, உடம்பால உழைச்சுப் பாடுபடறது மட்டம்-ன்னு நினைச்சோம்ன்னா, அந்த நாடு முன்னேறவேமுடியாது. ரெண்டையும் சமமா மதிக்கத் தெரிஞ்சுக்கணும்.'

அரைகுறையாகப் புரிந்தாலும், அந்த அறிவுரை சிறுவன் கார்த்திகேயன் மனத்தில் அழுந்தத் தைத்துவிட்டது. அன்றைய மாலைக்குப்பிறகு, சிவராமகிருஷ்ணன் அவனுக்கு நெருங்கிய நண்பராகிவிட்டார்.

அதன்பிறகும், சனி, ஞாயிறு வேலைகள் கார்த்திகேயனுக்குச் சலிப்பூட்டுபவையாகவே இருந்தன. ஆனால், உடல் உழைப்போடு கொஞ்சம் மூளையைக் கலந்துவிட்டால், உற்சாகமாக வேலை பார்க்கலாம் என்பதைப் புரிந்துகொண்டுவிட்டான்.

அப்போதிலிருந்து, வீட்டின் ஒவ்வோர் அறையிலும் கார்த்திகேயனின் கைவண்ணம் தெரிந்தது. சலிப்பூட்டும் வேலைகளைக்கூட, அவன் சந்தோஷமாகவே செய்வதை அவனுடைய அப்பா உள்பட எல்லோரும் ஆச்சர்யமாகப் பார்த்துக்கொண்டிருந்தார்கள்.

ப்ளஸ்டூவில் மார்க் குறைந்து, பாலிடெக்னிக் தொழிற்படிப்பில் சேர நேர்ந்தபோதுகூட, கார்த்திகேயன் அவ்வளவாகக் கவலைப்படவில்லை. படிப்போடு பகுதி நேரமாக வேலை பார்க்கத் தொடங்கிவிட்டான்.

பாலிடெக்னிக் பட்டம் பெற்றபிறகுதான், முழு நேர அல்லது நிரந்தர வேலைக்காகச் சில மாதங்கள் போராடவேண்டியிருந்தது. வெவ்வேறு காரணங்களுக்காக நான்கு நிறுவனங்கள் அவனை நிராகரித்தபிறகுதான், இந்தத் தொழிற்சாலையில் வேலை கிடைத்தது.

கடந்த பல ஆண்டுகளில், தன்னால் கலெக்டராக முடியவில்லையே என்று கார்த்திகேயன் ஒருமுறைகூட வருந்தியதில்லை. எந்த வேலையானாலும், வெறும் உடல் உழைப்பை மட்டும் நம்பாமல், மூளையைப் பயன்படுத்தித் தன்னால் சிறப்பாகப் பணியாற்றமுடியும் என்றுதான் நம்பிக்கொண்டிருந்தான்.

'ஆனா, இந்தக் கம்பெனியில என்னை யாரும் மனுஷனாக்கூட மதிக்கலை சார்', என்றார் கார்த்திகேயன், 'இங்கே வொர்க்கர்ஸ்ன்னாலே, பேன்ட், சட்டை போட்ட ஒரு மெஷின், அவ்வளவுதான். சொன்ன வேலையைச் செய்யணும், அதுக்குமேல ஒரு மூச்சுப் பேச்சு கூடாது.'

பாலா திகைப்போடு அவருடைய கதையைக் கேட்டுக் கொண்டிருந்தான். ஆச்சர்யமான விஷயம், கார்த்திகேயனுக்கு இங்கே என்ன நேர்ந்திருக்கும் என்பதை அவனால் ஓரளவு சரியாகவே ஊகித்துவிடமுடிந்தது.

9

'சார், ஒரு சின்ன யோசனை.'

துறுதுறுப்பாகத் தன் முன்னே வந்து நிற்கும் கார்த்திகேயனைக் கண்ணாடியை ஏற்றிவிட்டுக்கொண்டு பார்த்தார் அந்த சூபர்வைஸர். எதற்கோ ஒருமுறை கடிகாரத்தில் நேரம் பார்த்துக்கொண்டு, 'என்ன விஷயம்?', என்றார் கடுகடுப்பாக.

'இந்த வால்வ் தயாரிக்கிறதுக்கு மொத்தம் ஏழு ஸ்டெப் இருக்கு ஸார். இதுக்கு மொத்தம் தொண்ணூறு நிமிஷமாகுது', தன் கையிலிருந்த இயந்திர பாகத்தைச் சுட்டிக்காட்டியபடி சொன்னான் கார்த்திகேயன்.

'அதுக்கென்ன?', அவருடைய குரலில் தட்டுப்பட்ட கோபம் கார்த்திகேயனுக்கு வியப்பாக இருந்தது. அதன்பிறகு, தொடர்ந்து பேசத் தயங்கினான் அவன்.

இந்தக் கம்பெனியில் எல்லோரும், அரை நிமிடத்துக்குள் எதிலும் சலிப்படைந்துவிடுகிறார்கள். அதற்குமேல் நின்று பேசுகிறவர்கள், நேரத்தை வீணடிக்கிறவர்களாகக் கருதப்படுகிறார்கள். 'ஒழுங்கா வேலையைப் பாரு' என்று அதட்டுகிறார்கள்.

அதிலும், புதிதாகச் சேர்ந்திருப்பவர்களின் நிலைமை ரொம்பவே மோசம். காலேஜில் ராக்கிங் செய்வார்களே அந்தமாதிரி, பழம்பெருச்சாளிகள் அவர்களை விரட்டுவதிலேயே நேரம் கரைக்கிறார்கள், 'எப்பப் பார் வெட்டிப் பேச்சு, இதுங்களையெல்லாம் வேலைக்குச் சேர்க்கலை-ன்னு யார் அழுதாங்க?', என்று நேற்று ஒருவர் வெளிப்படையாகவே அலுத்துக்கொண்டார்.

தொழிற்சாலை என்றால், பேச்சே கூடாது. வேலை, வேலை, வேலைமட்டும்தான். ஒரு நாளைக்கு ஒவ்வொருவரும் இத்தனை பொருள்களைத் தயாரித்தாகவேண்டும் என்று ஒரு கணக்கு இருக்கிறது. மெஷினோடு மெஷினாக அவற்றைச் செய்து குவித்துவிட்டு வீட்டுக்குப் போகிறவர்கள் மட்டுமே உலகோத்தம ஊழியர்கள்.

கார்த்திகேயனின் பாலிடெக்னிக் கல்லூரிக்குப் பக்கத்தில், ஒரு சிறிய மாட்டுப் பண்ணை இருந்தது. முப்பது ஆண்டுகளாக அதை நடத்திவருகிற 'முதலாளி'யின் முகமும், உடல் மொழியும், கிட்டத்தட்ட ஒரு கொழுத்த கறவை மாட்டைப்போலவே மாறியிருந்தது.

'அதிகம் வேணாம். ரெண்டே ரெண்டு வருஷம் இந்த மாடுங்களோட குப்பை கொட்டிப்பாரு தம்பி, நீயும் என்னைமாதிரி மாறிடுவே', என்று வேடிக்கையாகச் சொல்வார் அவர், 'யாராச்சும் அடிச்சாக்கூட, 'அம்மா'ன்னு கத்தத் தோணாது, 'ம்மா'ன்னுதான் வரும்.'

அவரைப்போலதான், இந்தத் தொழிற்சாலையில் எல்லோரும், வருடக்கணக்காக இயந்திரங்களோடு பழகி, இயந்திரங்களாகவே மாறிவிட்டதாகத் தோன்றியது கார்த்திகேயனுக்கு. யாருடைய முகத்திலும் மனித உணர்ச்சி இல்லை, பக்கத்தில் நிற்கிறவனுக்குக் காலை வணக்கமோ, மாலை வணக்கமோ, 'வீட்ல பொண்டாட்டி, பிள்ளைங்க சௌக்யமா' என்று உபசரிப்போ, 'உன் வேலை எப்படி நடக்குது?', என்கிற விசாரிப்போ கிடையாது.

திருப்பதியில் சுவாமி முன்னால் நிற்கிறவன் சொல்வதுபோல், ‘ஜரகண்டி, ஜரகண்டி’. அக்கம்பக்கம் பார்க்காதே, உன்னுடைய வேலையை மட்டும் கவனி, சக ஊழியனுக்குக் காலை வணக்கம் சொல்வதைத் தவிர்த்தால், பத்து வால்வ் செய்கிற இடத்தில், பதினொரு வால்வ் செய்யலாம்.

கார்த்திகேயனுக்குப் பத்து வால்வ் கணக்கில் எந்த ஆட்சேபணையும் இல்லை. ஆனால், அந்த வால்வ்களைத் தயாரிக்கிறவர்கள் கொஞ்சம் சகஜமாகப் பேசிப் பழகிக்கொண்டு செயல்பட்டால் என்ன தப்பு?

‘மரம் வெட்டுகிறவன், தன்னுடைய கோடாரியைக் கூர் தீட்டுவதற்கும் நேரம் செலவிடவேண்டும்’, என்று கார்த்திகேயனின் தோழர் சிவராமகிருஷ்ணன் அடிக்கடி சொல்வார். ஆனால் இங்கே, ஒரு மரம் வெட்டி முடித்ததும், அடுத்த மரத்துக்கு ஓடியாகவேண்டும். கோடாரி என்ன நிலைமையில் இருக்கிறது என்று தொட்டுப் பார்க்கக்கூட யாருக்கும் நேரம் இல்லை.

‘ஹலோ மிஸ்டர்’, கார்த்திகேயனின் முகத்துக்கு நேராகச் சொடக்குப் போட்டு அழைத்தார் சூபர்வைஸர், ‘என்னாச்சு உங்களுக்கு? ஏதோ சொல்ல வந்தீங்க, அப்புறம் பேஸ்த் அடிச்சாமாதிரி நிக்கறீங்க, நம்ம ரெண்டு பேர் டைமும் வீணாகுது.’

‘ஸாரி ஸார்’, அவசரமாக மன்னிப்புக் கேட்டுக்கொண்டான் கார்த்திகேயன், ‘இந்த வால்வ் தயாரிக்கிற மெத்தட்-ல ஒரு சின்ன மாற்றம் செஞ்சா, இருபது நிமிஷம் வரைக்கும் மிச்சப்படுத்தமுடியும்ன்னு எனக்குத் தோணுது.’

கார்த்திகேயன் ஆர்வத்தோடு நீட்டிய வரைபடத்தை, அந்த சூபர்வைஸர் சும்மா பெயருக்குக்கூட வாங்கிப் பார்க்கவில்லை. சில விநாடிகள் அவனையே உற்றுப் பார்த்துக்கொண்டிருந்தவர், ‘போய் வேலையைப் பாருங்க’, என்றார் அமைதியாக.

அவ்வளவுதான். இப்படி அசட்டு வரைபடங்கள் தயாரிக்கிற

நேரத்தில், என்னோடு நின்று பேசுகிற நேரத்தில், இயந்திரத்தோடு செல்லம் கொஞ்சினால், உற்பத்தி பெருகும், தீபாவளிக்கோ, பொங்கலுக்கோ போனஸ் கிடைக்கும். சீக்கிரமாகக் கல்யாணம் செய்துகொண்டு சந்ததியைப் பெருக்கி, சௌகர்யமாக வாழலாம். அந்த மூன்று வார்த்தைகளுக்குள் இத்தனை அர்த்தங்கள் ஒளிந்திருந்தன.

அவனிடம் மரியாதைக்குக்கூட சொல்லிக்கொள்ளாமல் தன்னுடைய அலுவலக அறையை நோக்கி நடந்துகொண்டிருந்தார் சூபர்வைஸர். கார்த்திகேயனுடன் பேசுவதில் செலவிட்ட இந்த மூன்று நிமிடங்களில் எத்தனை வால்வ்கள் உற்பத்தி பாதிக்கப்பட்டிருக்கும் என்று அவருடைய மனத்தில் கணக்கு ஓடிக்கொண்டிருக்கலாம்.

அப்போதும் கார்த்திகேயன் நம்பிக்கை இழக்கவில்லை. அவருக்குப் பின்னால் ஓடி, ‘சார், நான் சொன்ன விஷயம்?’, என்றான் கெஞ்சல் தொனியில்.

இந்தமுறை சூபர்வைஸரால் அமைதி காக்கமுடியவில்லை, ‘மிஸ்டர், உங்களைவிட சீனியர்ஸ் நிறையப் பேர் இந்த ஃபேக்டரியில இருக்காங்க, அவங்களைப் பார்த்து, நல்ல விஷயங்களைக் கத்துக்க முயற்சிபண்ணுங்க, இப்படி அநாவசியமா ஆராய்ச்சி பண்றேன், மாற்றம் பண்றேன்னு கிளம்பினா எல்லாருக்கும் டைம் வேஸ்ட்.’

‘இல்லை சார், நிஜமாவே இந்த முறைப்படி எழுபது நிமிஷத்தில வால்வ் தயாரிக்கமுடியும்’, என்றான் கார்த்திகேயன், ‘இதனால நமக்கு நிறைய நேரமும், செலவும் மிச்சமாகும்.’

அவனுடைய வாதங்களையெல்லாம் அவர் நின்று கேட்டுக்கொண்டிருக்கவில்லை. தன்னுடைய அறைக்குள் நுழைந்து அவர் கதவைச் சாத்திக்கொண்டபிறகு, பிரமை பிடித்தவன்போல் அங்கேயே சில நிமிடங்களுக்கு நின்றிருந்தான் கார்த்திகேயன். அதன்பிறகு, சோர்வோடு தன்னுடைய இயந்திரத்துக்குத் திரும்பினான்.

அந்த சூபர்வைஸர் மட்டுமில்லை. கார்த்திகேயனின் யோசனைகளை அந்தத் தொழிற்சாலையில் யாரும் கேட்கத் தயாராக இல்லை. சொல்லிவைத்தாற்போல, வருடக்கணக்காக இந்த வால்வை இப்படித்தான் தயாரித்துக்கொண்டிருக்கிறோம், அதை இப்போது மாற்றவேண்டிய அவசியம் ஏன் வந்தது என்றுதான் எல்லோரும் கேட்டார்கள்.

நீ சொல்வதுபோல் மாற்றங்களைச் செய்தால், இந்த வால்வை எழுபது நிமிடத்தில் தயாரிக்கமுடியும் என்பதற்கு என்ன சாட்சி? ஒருவேளை அப்படி நடந்தாலும், இதற்காக எத்தனை புது இயந்திரங்களை வாங்கவேண்டியிருக்கும், எத்தனை பேருக்குப் பயிற்சி கொடுக்கவேண்டியிருக்கும், அதற்கெல்லாம் உன் அப்பனா பணம் செலவழிப்பான்?

அவர்களுடைய கேள்விகளைக் கேட்கக் கேட்க, கார்த்திகேயனின் எரிச்சல் அதிகரித்தது. கொஞ்சம்கூட புத்தியைக் கூர் தீட்டமாட்டேன், வாழ்நாள் முழுக்க மழுங்கிய கோடாரியோடுதான் மரம் வெட்டிக்கொண்டிருப்பேன் என்று பிடிவாதம் பிடிக்கிறவர்களை எப்படித் திருத்தமுடியும்?

கார்த்திகேயனின் வலுவான வாதங்களைச் சமாளிக்க முடியாதவர்கள், தங்களுடைய கடைசி ஆயுதத்தைப் பிரயோகித்தார்கள். நீ ஒரு சாதாரண மெக்கானிக், பெரிய எஞ்சினியர்களுக்குத் தெரியாத விஷயமா உனக்குத் தெரிந்துவிடப்போகிறது? கெட் அவுட், ஒழுங்காக உன் வேலையைப் பார்.

அதன்பிறகும் கார்த்திகேயன் பணியாததால், வேலை நேரத்தில் ஒழுங்காகச் செயல்படவில்லை என்று அவனுக்கு மெமோ கொடுக்கப்பட்டது. குடித்துவிட்டு வேலைக்கு வந்தான், வாரத்தில் நாலு நாள் தாமதம் என்றெல்லாம் விதவிதமாகக் குற்றச்சாட்டுகள் கண்டறியப்பட்டன.

‘அதுக்கப்புறம்தான் சார் நான் குடிக்க ஆரம்பிச்சேன்’, என்றான் கார்த்திகேயன், ‘இத்தனை பெரிய தொழிற்சாலையில, இத்தனை

மெஷின்களுக்கு நடுவில நான் ஒருத்தன்மட்டும் மனுஷனா இருக்கறது ரொம்பக் கஷ்டம் சார்.'

கார்த்திகேயனின் பக்கம் கொஞ்சமேனும் நியாயம் இருப்பது பாலாவுக்குப் புரிந்தது. ஆனால், அவருக்குத் தன்னால் எப்படி உதவமுடியும் என்று தெரியவில்லை. இவர் சொல்வதை வைத்துப் பார்த்தால், ஏற்கெனவே இவரை டிஸ்மிஸ் செய்துவிட்டார்கள். அந்த முடிவில் தான் தலையிட்டால், அப்பாவுக்குப் பிடிக்குமோ, பிடிக்காதோ.

ஆனால், தாடியைச் சொறிந்தபடி சூரியனை வெறித்துக் கொண்டிருக்கும் கார்த்திகேயனைப் பார்க்க பாலாவுக்குப் பரிதாபமாக இருந்தது. மந்தையிலிருந்து விலகி நிற்கும் எல்லா வெள்ளாடுகளும், தனிமை பழகவேண்டியிருக்கிறது. எதிர்நீச்சல் போடுகிறவர்களுக்கு மன அழுத்தமும் உடல் வலியும் கட்டாயம்.

'சர்ரக் சர்ரக்'கென்று அதிவேகமாக ஷூ காலில் மிதிபடும் சருகுகள் அவர்கள் இருவரின் கவனத்தைக் கலைத்தன. திரும்பிப் பார்த்தபோது, யாரோ அவர்களை நோக்கி ஓடி வந்துகொண்டிருந்தார்கள்.

வந்தவர் முகத்தில் பதற்றம் குடிகொண்டிருந்தது. அவர்கள் இருவரையும் மாறி மாறிப் பார்த்துவிட்டு, 'மிஸ்டர். பாலசந்தர்?', என்றார் மூச்சிரைக்க.

'நான்தான்', என்றான் பாலா, 'என்ன விஷயம்?'

'சார், நீங்க உடனே ஆஃபீஸ் ரூமுக்கு வரணும்', என்றார் அவர், 'ஐயாவுக்கு திடீர்ன்னு நெஞ்சு வலி.'

10

‘இது உங்கப்பாவோட மெடிக்கல் ரிப்போர்ட் இல்லை’, சிரித்த முகத்தோடு சொன்னார் டாக்டர், ’கம்பெனியிலிருந்து அவருக்குக் கொடுக்கிற கட்டாய ரிடையர்மெண்ட் ஆர்டர்ன்னு நினைச்சுக்கோங்க’

பாலா எதுவும் பேசத் தோன்றாமல் அமர்ந்திருந்தான். டாக்டர் என்னதான் அச்சுப்பிச்சென்று ஜோக் அடித்தாலும், மகா திறமைசாலி. மரணப் படுக்கையில் கிடப்பதுபோல் தளர்ந்துபோயிருந்த அப்பாவை, இரண்டே நாள்களுக்குள் சாதாரணமாகப் பேசிச் சிரிக்கச் செய்துவிட்டார்.

ஆனாலும், பதற்றமான அந்த இரண்டு மணி நேரங்களை மறக்க முடியவில்லை. அப்பாவுக்கு ஏதேனும் விபரீதமாக ஆகிவிடுமோ என்று தவிப்போடு மருத்துவமனைக்கு ஓடிய ஆம்புலன்ஸ் ஒலி இன்னும் அவன் காதில் கேட்டுக்கொண்டிருந்தது.

அவர்களுடைய ஃபேக்டரியிலேயே, பகுதிநேரமாகப் பணிபுரிகிற ஒரு டாக்டர் உண்டு. அவரை எல்லோரும் வேடிக்கையாக, ‘ஓர்ரூவா டாக்டர்’ என்று அழைப்பார்கள்.

காரணம், என்னதான் தொழிற்சாலை நிர்வாகத்திடம் சம்பளம்

வாங்கிக்கொண்டிருந்தாலும், தன்னிடம் சிகிச்சைக்காக வருகிற தொழிலாளர்களிடம் தலா ஒரு ரூபாய் வசூலிப்பதை வழக்கமாகக் கொண்டிருந்தார் அவர். அவருடைய மேஜைமேலிருக்கும் பிள்ளையார் வடிவ உண்டியலில் அடையாளக் கட்டணமாக ஒற்றை ரூபாய் செலுத்தினால்தான் சிகிச்சை.

'ஓர்ரூவா' டாக்டருக்குச் சொந்த ஊர், மத்தியப் பிரதேசமோ, உத்திரப் பிரதேசமோ. அங்கெல்லாம் காசு கொடுக்காமல் இலவசமாக வைத்தியம் பார்த்துக்கொண்டால், உடம்பு குணமாகாது என்று மக்களிடையே ஒரு பழைய நம்பிக்கை. டாக்டர் அதை மறக்காமல் பின்பற்றிக்கொண்டிருந்தார்.

ராகவேந்தருக்கு நெஞ்சு வலி வந்தபோது, அத்தனை பதற்றத்திலும் அந்த டாக்டர், 'ஓர்ரூவா எங்கே?', என்று கறாராகக் கேட்டிருக்கலாம். பாலாவுக்குச் சரியாக நினைவில்லை.

ஆனால், சிறிய வெட்டுக் காயங்கள், வீக்கங்கள், தலைவலிகளுக்குச் சிகிச்சையளிக்க மட்டுமே தயார் நிலையில் இருந்த அந்த டாக்டரால், ராகவேந்தரின் இதய அதிர்ச்சியைச் சமாளிக்கமுடியவில்லை. தேவையான முதல் உதவிகளைச் செய்துவிட்டு, இந்தச் சிரிப்பு டாக்டரை ஃபோன் செய்து வரவழைத்துவிட்டார்.

ஆம்புலன்ஸ், மருத்துவமனை, ஐசியு குளிர் என்று எல்லாமே பாலாவுக்குத் திகிலூட்டுகிற அனுபவமாக இருந்தது. 'உங்கப்பா உயிருக்கு எந்த ஆபத்தும் இல்லை' என்று டாக்டர்கள் திரும்பத் திரும்பச் சொன்னபோதும், அவரை நேரில் பார்த்தபிறகுதான் அந்த உண்மையை நம்பமுடிந்தது.

ராகவேந்தரை இந்த அதிர்ச்சி வெகுவாக உலுக்கிப்போட்டிருந்தது. சாதாரணமாக உட்கார்ந்திருக்கும்போதுகூட, நாற்காலியில் முன்னும் பின்னும் அதிவேகமாக ஆடிக்கொண்டிருக்கிற மனிதர். இப்போது அமைதியாக ஒரே திசையில் வெறித்துக்கொண்டிருப்பதைப் பார்க்கப் பரிதாபமாக இருந்தது.

மருந்து மாத்திரைகளைவிட அதிகமாக ஆங்கிலச் சிலேடைகளை

அள்ளித் தெளித்தபடி அச்சுபிச்சு டாக்டர் தெளிவாகச் சொல்லிவிட்டார், 'இதுக்காகப் பதறி உட்காரணும்-ன்னு எந்த அவசியமும் இல்லை மிஸ்டர் ராகவேந்தர். முதல் அட்டாக் வந்தபிறகும், பல வருஷத்துக்குச் சௌக்யமா வாழ்ந்தவங்க, வாழறவங்க உலகம்முழுக்க உண்டு.'

'அப்படீன்னா, நான் பழையபடி என்னோட வேலைகளைக் கவனிக்கலாமா டாக்டர்?', ஆவலோடு கேட்டார் ராகவேந்தர்.

இந்தக் கேள்வியை எதிர்பார்த்திருந்தவர்போல் குறும்பாகச் சிரித்தபடி 'ம்ஹூம், வேண்டாம்', என்றார் டாக்டர், 'இது என்னோட அட்வைஸ்கூட இல்லை. கட்டளை, நீங்க ஓய்வெடுக்கவேண்டிய நேரம் வந்தாச்சு-ன்னு உங்க உடம்பு ஞாபகப்படுத்தியிருக்கு. அதை நீங்க புறக்கணிக்கிறது தப்பு.'

ராகவேந்தரின் முகம் சட்டென்று சுருங்கியதைக் கவனித்த அவர், 'அநாவசியமா இதை நினைச்சுக் கவலைப்பட்டு மறுபடி உடம்பைக் கெடுத்துக்காதீங்க சார்', என்றார் புன்னகை மாறாமல், 'இத்தனை வருஷமா ஓடியாடி ஜெயிச்சுட்டீங்க, சந்தோஷமா ரிடையர் ஆகிடுங்க, வேலை வேலைன்னு ஓடற ப்ரஷர் குறைஞ்சாதான், வாழ்க்கையில அனுபவிக்கிறதுக்கு எவ்வளவோ விஷயம் இருக்குன்னு புரியும், அதுக்கப்புறம் இன்னும் நிம்மதியா வாழமுடியும்.'

அந்த அறைச் சுவரில் மாட்டியிருந்த ஓவியத்தைச் சுட்டிக்காட்டினார் டாக்டர், 'நெப்போலியன் போனபர்ட் தெரியும்தானே? பதினாறு வயசில ராணுவத்தில நுழைஞ்சவன், அதுக்கப்புறம் தூங்காம, சாப்பிடாம நாடு பிடிக்க அலைஞ்சான். ஐரோப்பாவில முக்காலே மூணு வீசம் ஜெயிச்சு, எகிப்தைப் பிடிச்சு, ரஷ்யாவுக்குள்ளே நுழைஞ்சு, இந்தியாவுக்குக்கூட வரணும்-ன்னு திட்டம் போட்டிருந்தான்.'

'பிரெஞ்சுச் சக்கரவர்த்தி-ன்னு தனக்குத்தானே பட்டம் சூட்டிக்கிட்ட நெப்போலியன், ஆட்சி செஞ்சது பத்து வருஷம். அதில, அவர் பாரிஸில இருந்தது ரெண்டரை வருஷம்தான். மிச்ச காலமெல்லாம், கால் தரையில படாம சுத்திகிட்டிருந்தான்.'

‘நெப்போலியன் போர்க்களத்தில நுழைஞ்சுட்டா, எதிரிங்களுக்குக் கால் நடுங்க ஆரம்பிச்சுடும். ஏன்னா, அவன் எப்போ, எங்கே, எப்படி அடிப்பான்-னு யாருக்கும் தெரியாது. அந்தக் காலத்தில எல்லோருக்கும் தெரிஞ்ச போர்முறைகளையெல்லாம் மறுத்துட்டு, சூழ்நிலைக்கு ஏற்றமாதிரி புதுசுபுதுசா யோசிச்சுத் தாக்குவான். அஞ்சு நிமிஷத்தில சாப்பாடு, பத்து நிமிஷம் மட்டும் குட்டித் தூக்கம்ன்னு தேவைங்களைச் சுருக்கிட்டு, ஒரு நாளைக்கு இருபத்தஞ்சு மணி நேரம் பேய்மாதிரி உழைப்பான்.’

பொதுக்கூட்டத்தில் பேசுவதுபோல் பரவசத்தோடு விவரித்துக்கொண்டே சென்ற டாக்டர், சட்டென்று புன்னகைக்குத் திரும்பி, ‘ஆனா, இவ்ளோ செஞ்சு என்ன புண்ணியம்?’, என்றார், ‘கடைசிவரைக்கும் அவனால வீட்ல நிம்மதியா உட்கார்ந்து ஒரு வேளை சோறு தின்னமுடியலை. பெண்டாட்டி, பிள்ளையோட சந்தோஷமாப் பேசிச் சிரிக்கமுடியலை. நமக்காவது ரிடையர்மென்ட்ன்னு ஒரு சமாசாரம் இருக்கு. ஆனா நெப்போலியனுக்கு, ஆடி ஓடி உடல் தளர்ந்தபோது, எதிரிங்க அவனைப் பிடிச்சுட்டாங்க, அதுக்கப்புறம் ஜெயில் வாழ்க்கைதான்.’

பாலாவிடம், ‘உங்க சாஃப்ட்வேர் சுல்தான் பில் கேட்ஸுக்குக்கூட, சின்ன வயசிலிருந்து நெப்போலியன்தான் இஷ்ட தெய்வம்’, என்றார் டாக்டர், ‘ஆனா அதேசமயம், உலகத்தை ஜெயிக்கிற வேகத்தில, நமக்குக் கிடைச்சிருக்கிற ஒரே வாழ்க்கையைத் தவறவிட்டுடக்கூடாது-ன்னும் அவர் புரிஞ்சுகிட்டிருக்கார்.’

‘இதெல்லாம் ஏன் சொல்றேன்-னா கஷ்டப்பட்டு உழைக்கிறது எவ்வளவு முக்கியமோ, அதே அளவு, அந்த உழைப்புக்கான பலன்களை உட்கார்ந்து அனுபவிக்கிறதும் முக்கியம்’, ராகவேந்தரைக் கண்ணுக்குக் கண் பார்த்தபடி சொன்னார் டாக்டர், ‘உங்க வேலை அழுத்தம் ரொம்ப ஜாஸ்தி மிஸ்டர் ராகவேந்தர், அதுதான் உங்களை இந்த நிலைமைக்குக் கொண்டுவந்திருக்கு, இதுக்குமேல உங்க உடம்பு அந்த ப்ரெஷரைத் தாங்காது, நீங்க ஓய்வெடுக்கறதுதான் நல்லது.’

‘ஆனா, எங்க கம்பெனி ரொம்ப மோசமான நிலைமையில இருக்கு டாக்டர்’, என்றார் ராகவேந்தர், ‘அதை மறந்துட்டு என்னால எப்படி நிம்மதியா ரெஸ்ட் எடுக்கமுடியும்?’

‘என்னோட கடமை, உங்க ஹெல்த்பற்றிக் கவலைப்படறதுதான்’, என்றபடி எழுந்துகொண்டார் டாக்டர், ‘இண்டஸ்ட்ரியல் ஹெல்த்தெல்லாம் என்னோட டிபார்ட்மென்ட் இல்லை’, என்று சிரித்தவர், ‘மிஸ்டர் பாலா, நான் சொன்னதை நீங்களாவது புரிஞ்சுப்பீங்க-ன்னு நம்பறேன்’, என்றபடி அவனுடன் வெளியேறி நடந்தார்.

‘ஷ்யூர் டாக்டர்’, என்றான் பாலா, ‘அப்பாவுக்கு நாங்க பக்குவமா எடுத்துச் சொல்றோம்.’

‘என் பையன்கூட சாஃப்ட்வேர்லதான் இருக்கான்’, என்றார் டாக்டர், ‘நீங்க எப்போ வேலையில சேரப்போறீங்க?’

‘அடுத்த மாசம் எட்டாம் தேதி டாக்டர்.’

‘ஆல் தி பெஸ்ட்’, என்று அவனோடு கைகுலுக்கினார் டாக்டர், ‘நெப்போலியன் ஸ்டோரியை எப்பவும் ஞாபகத்தில வெச்சுக்கோங்க, வேலையில கவனம் செலுத்தற அதே நேரத்தில, உங்களை மறந்துடாதீங்க, வொர்க் ப்ரஷர் உங்களைத் தின்னுட அனுமதிக்காதீங்க, எந்நேரமும் வேலையில மூழ்கிக் கிடக்காம, அரை மணி நேரத்துக்கு ஒரு தடவையாச்சும் சுத்தியிருக்கிற மனுஷங்களைப் பாருங்க, நாற்காலியிலிருந்து எழுந்து, ரெண்டு நிமிஷம் ஆஃபீஸைச் சுத்தி வாங்க, வருஷத்துக்கு ஒருவாட்டி செல்ஃபோனை ஆஃப் பண்ணிட்டு, பத்து நாள் ஜாலியா ஊர் சுத்துங்க, டூரிஸ்ட் மாதிரி இல்லை, நாடோடி மாதிரி.’

டாக்டரிடம் விடை பெற்றுக்கொண்டு திரும்பியபோது, பாலாவின் மனத்தினுள் நெப்போலியன் ஆவேசமாக வாள் சுழற்றிக்கொண்டிருந்தான். அவனுடைய குதிரை நலிந்து, மெலிந்து, பாலாவிடம், ‘ரொம்பப் பசிக்குது, ஒரு வாய் பிட்ஸா கிடைக்குமா?’, என்றது.

அவன் உள்ளே நுழைவதைக்கூட கவனிக்காமல், ராகவேந்தர் கையில் ஆரஞ்சுச் சுளைத் தட்டோடு ஏதோ யோசனையில் மூழ்கியிருந்தார். அம்மா அவருக்கு க்ளூகோஸ் கரைத்துக்கொண்டிருந்தார்.

பாலா கட்டிலுக்குப் பக்கத்திலிருந்த நாற்காலியில் தளர்வாக அமர்ந்தான், 'அப்பா, நான் ஒரு விஷயம் சொல்லட்டுமா?'

'என்ன?', ராகவேந்தரின் குரலில் தொனித்த பரிதாப உணர்ச்சி அவனுக்குக் கவலையாக இருந்தது. அதற்குள் அவருக்கு இன்னோர் அதிர்ச்சியைக் கொடுக்கவேண்டுமா என்கிற எண்ணத்தைச் சிரமப்பட்டு விழுங்கினான். இப்போது தயங்கினால், அதன்பிறகு எப்போதும் குதிரையிலிருந்து இறங்கமுடியாது.

'நீங்களும் அம்மாவும் என்னோட பெங்களூர்க்கே வந்துடுங்கப்பா', அவருடைய முகத்தைப் பார்க்காமல் சொன்னான் பாலா, 'இந்த ஃபேக்டரியை வித்துடலாம்.'

பணி அழுத்தத்தைக் குறைக்கப் பத்துக் கட்டளைகள்

1. இருக்கும் நேரத்தை அநாவசியமாக வீணடிக்காமல் சரியாகப் பயன்படுத்திக்கொண்டாலே, கடைசி நிமிட டென்ஷன்களைத் தவிர்க்கலாம்.

2. நம்முன்னே ஏகப்பட்ட வேலைகள் கொட்டிக் கிடந்தாலும், அவற்றில் முக்கியமானவை எவை என்று சிந்தித்து, அதில்மட்டும் கவனத்தைக் குவித்தால், எந்த நிலைமையையும் சமாளித்துவிடலாம். எல்லாமே முக்கியமான வேலைகள்தான் என்று சொல்லாதீர்கள், அது ஏமாற்று வேலை!

3. பதற்றம் நிறைந்த மெகாசீரியல்களில்கூட, அவ்வப்போது 'ப்ரேக்' உண்டு - எந்த வேலைக்கும் இது கட்டாயம், அரை மணி நேரத்துக்கு ஒரு முறை இரண்டு நிமிடங்கள் ஒரு மாற்றத்துக்காக 'வேறெதாவது' (மெலடி பாட்டுக் கேட்பது, குத்தாட்டம் போடுவது, மூணு சீட்டு மங்காத்தா

விளையாடுவது இப்படி) செய்வது மனத்தைத் தளர்வாக்கும்.

4. எப்போதும் கடுவன் குரங்குபோல் முகத்தை வைத்துக்கொண்டிருப்பது யாருக்கும் நல்லதில்லை. வாய்விட்டுச் சிரித்தால், டென்ஷன் விட்டுப் போகும்.

5. சின்னச் சின்ன விஷயங்களையெல்லாம் நினைத்துப் பதறவேண்டாம், கவலைப்பட வேண்டாம், அலட்டிக் கொள்ளாமல் எதிர்கொண்டால், பாதிப் பிரச்னைகள் வந்த வேகத்திலேயே காணாமல் போய்விடும் - வேலையிலும், வாழ்க்கையிலும்!

6. அவ்வப்போது (வேலைக்கு நடுவிலும்) தியானம், மூச்சுப் பயிற்சி, அதெல்லாம் முடியாதென்றால் வெறுமனே கண் மூடி அமைதியாக உட்கார்ந்திருந்தால்கூடப் போதும்.

7. கண்டதைச் சாப்பிடாமல், அவசியமான தேகப் பயிற்சியுடன் உடம்பை ஒழுங்காகக் கவனித்துக்கொண்டால், உயிர் வளர்ப்பதற்குச் சமம். ஆரோக்கியமானவர்கள், பிரச்னைகளை மேலும் நம்பிக்கையோடு எதிர்கொள்கிறார்கள்.

8. ஒரு நாளைக்குச் சில மணி நேரத் தூக்கம் மிக அவசியம். நாம் என்னதான் ஏமாற்றப் பார்த்தாலும், நம் உடம்பு தனக்குத் தேவையான தூக்கத்தைப் பிடுங்கிக்கொண்டுவிடும்.

9. அடுத்தவர்கள் அவர்களுடைய கருத்துகளை நம் தலையில் சுமத்தி டென்ஷன்படுத்த அனுமதிக்கக்கூடாது. அவர்கள் சொல்வதை ஒரு தகவலாகக் கேட்டுக்கொள்ளலாம், ஆனால் கடைசியில் நாம்தான் முடிவெடுக்கவேண்டும்.

10. பாஸிட்டிவ் எண்ணங்களைச் சிந்திப்பது, நம்பிக்கை தரும் நண்பர்களோடு பழகுவது நமக்குள் நல்ல அதிர்வுகளை உண்டாக்கும், அநாவசிய டென்ஷன் குறையும்.

11

'அப்பாவுக்கு ரெண்டு நாள்ல பத்து வயசு கூடிட்டமாதிரி இருக்கும்மா', என்றான் பாலா.

நிர்மலா பதில் எதுவும் சொல்லவில்லை. அவருடைய முகத்துக்குப் பொருந்தாத கவலை, அவரது இயல்பான அழகை, கம்பீரத்தைக் கொஞ்சம் குறைத்திருந்தது. சில விநாடிகள் பாலாவையே பார்த்துக்கொண்டிருந்துவிட்டு, பேசாமல் உள்ளே சென்றுவிட்டார்.

ராகவேந்தர் மருத்துவமனையிலிருந்து டிஸ்சார்ஜ் ஆகி வந்த இந்த இரண்டு நாள்களாகவே, வீட்டில் எல்லோரும் பிடிவாதமாக மௌனம் சாதிக்கிறார்கள். யாரும் எதையும் பேச விரும்பாததுபோல, ஓர் ஒழுங்கற்ற அமைதி வீட்டைச் சூழ்ந்திருக்கிறது.

பாலா ராகவேந்தருக்குப் பக்கத்தில் சென்று அமர்ந்தான், 'ஏன்ப்பா எப்பவும் டல்லா இருக்கீங்க?'

சட்டென்று வரவழைத்துக்கொண்ட புன்னகையோடு, 'அதெல்லாம் இல்லைப்பா', என்று தாடியைச் சொறிந்தார்

ராகவேந்தர். இத்தனை ஆண்டுகளாக தினசரிச் சவரத்துக்குப் பழகிப்போயிருந்த தாடையில், இந்த முள் உறுத்தல் புதிதாக இருந்தது.

இரண்டு நாள்களாக, எல்லாமே புதிதாகத்தான் தோன்றுகிறது. கட்டாய ஓய்வு, எந்நேரமும் எங்காவது சாய்ந்து உட்கார்ந்தபடி, அல்லது படுத்தபடி விட்டத்தைப் பார்த்துக்கொண்டிருக்கிற பிழைப்பு. அடுத்த இரண்டு நாள்களுக்குள் தனக்கு முழுப் பைத்தியம் பிடித்துவிடும் என்று தீர்மானித்துக்கொண்டிருந்தார் ராகவேந்தர்.

இதைத் தவிர்ப்பதற்கு எந்த வழியும் இல்லை. டாக்டர்கள் கட்டாய ஓய்வு கொடுத்து வீட்டுக்கு அனுப்பிவிட்டார்கள், இனிமேல் எத்தனை நாள் மூச்சு பாக்கியிருக்கிறதோ, அத்தனை நாளும் விட்டத்தைப் பார்க்கப் பழகிக்கொண்டாகவேண்டும். இந்த வீட்டின் விட்டம் போரடித்துவிட்டால், பாலாவுடன் பெங்களூருக்குச் சென்று, அந்த வீட்டின் விட்டங்களைப் பார்வையிடலாம்.

அவர் முகத்தில் படர்கிற சோகத்தைக் கவனித்த பாலா, சட்டென்று பேச்சை மாற்றினான். ஜன்னலுக்கு வெளியே சுட்டிக்காட்டி, ‘இன்னிக்கு மழை வரும்போலிருக்குப்பா.’

‘ம்ம்’, என்றார் ராகவேந்தர். அதற்குமேல் பேச விரும்பவில்லை என்பதுபோல், மீண்டும் மேலே பார்க்கத் திரும்பிக்கொண்டுவிட்டார்.

பெருமூச்சுடன் எழுந்துகொண்டான் பாலா. ஃபேக்டரியை மறந்துவிட்டு வாழ்வது அப்பாவுக்குச் சுலபமாக இருக்கப்போவதில்லை என்பது தெரியும். ஆனால், இத்தனை சீக்கிரத்தில் இந்த அளவு துவண்டுபோய்விடுவார் என்று அவன் ஊகித்திருக்கவில்லை. கம்பீரமான அந்தப் பழைய அப்பாவுடன் ஒப்பிடும்போது, இந்த அப்பாவை அவனுக்குப் பார்க்கவே கஷ்டமாக இருந்தது.

தனக்கே இப்படியென்றால், அவருக்கு எப்படி இருக்கும்.

பாலா பிறப்பதற்கு முன்பிருந்தே, இந்த ஃபேக்டரி அவருடைய தினசரி நாள்களின் ஒரு பகுதியாகவே மாறியிருந்தது. அதைக் கொஞ்சம்கொஞ்சமாக மறப்பதென்றால்கூட, அவரால் முடிந்திருக்கக்கூடும். இப்படி திடுதிப்பென்று மென்னியைப் பிடித்து நிறுத்தி, ‘இனிமேல் நீ ஃபேக்டரிக்குப் போகக்கூடாது’ என்றதும் அவரால் அதைத் தாங்கமுடியவில்லை.

ஆனால், பெரும்பாலானோருக்கு ஓய்வு இப்படித்தானே வருகிறது? ‘இன்றோடு நீங்கள் ரிடையர் ஆகிறீர்கள், இனிமேல் நிம்மதியாக ரெஸ்ட் எடுங்கள்’ என்று சம்பிரதாயமாகச் சாமந்திப் பூ மாலை போட்டு, சமோசா, டீ கொடுத்து வெளியே அனுப்பிவிடுகிறார்கள்தானே? அதைச் சமாளித்துக்கொண்டு லட்சக்கணக்கானவர்கள் வாழ்க்கையைத் தொடரவில்லையா?

இன்னும் வேலையில்கூடச் சேர்ந்திராத தனக்கு, ஓய்வுக்குப் பிந்தைய வாழ்க்கையைப்பற்றி யோசிக்கவேண்டிய கட்டாயம் ஏற்பட்டுவிட்டதை நினைக்கையில் பாலாவுக்குச் சிரிப்புதான் வந்தது. ஆனால், இது சிரிக்கிற விஷயம் இல்லை. என்ன செய்யலாம்?

தன்னுடைய உறவினர்கள், அல்லது அப்பாவின் நண்பர்கள், வேலையிலிருந்து ஓய்வு பெற்றவர்கள் யாரேனும் இருக்கிறார்களா என்று யோசித்தான் பாலா. அவர்களை வரவழைத்து, ஓய்வுக் காலத்தைச் சந்தோஷமாகக் கழிப்பது எப்படி என்று அப்பாவுக்குப் பாடம் நடத்தச் சொன்னால் என்ன?

இந்த யோசனை, அவனுக்கு ஒரே நேரத்தில் அபத்தமாகவும் சிறப்பாகவும் தோன்றியது. இத்தனை ஆண்டுகளாக நிற்க நேரமில்லாமல் ஓடிக்கொண்டிருந்த அப்பாவுக்கு, இந்த ஓயவு கணடிபபாகத் தேவை. அதை நன்றாகப் பயன்படுத்திக் கொள்ளவும், புதிய பொழுதுபோக்குகள், கடமைகளை அமைத்துக்கொண்டு வாழ்க்கையை அனுபவிக்கவும் யாரேனும் அவருக்குச் சொல்லித்தரவேண்டும்.

கொஞ்சம் கஷ்டமான வேலைதான். இதைச் செய்து

முடிப்பதற்கு யார் தனக்கு உதவக்கூடும் என்று பாலா தீவிரமாக யோசித்துக்கொண்டிருக்கையில், கீழிருந்து டிரைவர் வேலுவின் குரல் கேட்டது.

பால்கனி வழியே எட்டிப்பார்த்து, ‘என்னாச்சுப்பா?’, என்றான் பாலா.

‘ஐயா காரை எடுத்துக்கிட்டு ஃபேக்டரிக்குப் போய்ட்டாருங்க’, வேலுவின் குரலில் பதற்றம் தெரிந்தது, ‘நான் எவ்வளவு சொல்லியும் கேட்கலைங்க, அவரே காரை ஓட்டிக்கிட்டுக் கிளம்பிட்டார்.’

ஒருவிதத்தில், பாலா இதை முன்பே எதிர்பார்த்திருந்தான். ஆகவே, பதறாமல் நிதானமாகச் செயல்படமுடிந்தது, ‘அம்பாஸிடர் இருக்கா? சர்வீஸ் போயிருக்கா?’

‘இங்கதாங்க கேரேஜ்ல இருக்கு.’

‘அதை வெளிய எடுங்க, நான் கீழே வர்றேன்’, என்றபடி உடை மாற்றிக்கொள்ளக் கிளம்பினான் பாலா. சீக்கிரத்தில் அப்பாவை பெங்களூருக்குக் கூட்டிச் சென்றுவிடவேண்டும். இங்கே இருக்கும்வரை, அவரால் ஃபேக்டரியை மறக்கவும் முடியாது. ஓய்வெடுக்கவும் முடியாது.

பாலாவும் வேலுவும் அம்பாஸிடரில் தொழிற்சாலைக்குச் சென்று சேர்ந்தபோது, ராகவேந்தரின் கார் முன்னாலே நின்றுகொண்டிருந்தது. அதனருகே சாய்ந்து நின்றபடி, ஃபேக்டரியைப் பார்த்துக்கொண்டிருந்தார் அவர்.

‘நீங்க இங்கேயே இருங்க’, என்று வேலுவிடம் சொல்லிவிட்டு, ராகவேந்தரை நெருங்கினான் பாலா. குரலில் எந்தப் பரபரப்பையும் காட்டாமல், மிக இயல்பாக, ‘என்னாச்சுப்பா?’, என்று பேச்சைத் தொடங்கினான்.

‘நான் ஃபேக்டரிக்குள்ள போகலை’ அவசரமாகச் சொன்னார் ராகவேந்தர், ‘சும்மா வீட்டிலயே உட்கார்ந்து போர் அடிச்சது, அதான் இங்கே வந்தேன்.’

அவருடைய காரின் கதவைத் திறந்து, சாவியை எடுத்துக்கொண்டான் பாலா, 'இந்த நிலைமையில நீங்க தனியாக கார் ஓட்டறது சரியில்லைப்பா.'

ராகவேந்தர் பதில் சொல்லவில்லை. சற்றுத் தொலைவில் தெரியும் தொழிற்சாலைக் கட்டடங்கள், அதனுள் நகரும் பிம்பங்களின்மீது அவருடைய பார்வை நிலைத்திருந்தது.

சிறிது நேரத்துக்குப்பிறகு, 'இந்த ஃபேக்டரி ஆரம்பிச்சபோது, ஒரு சின்னக் குடிசைதான்', என்றார் அவர், 'நிஜமாவே குடிசைத் தொழில்மாதிரிதான் நடத்தினேன். வரவுக்கும் செலவுக்கும் சரியா இருக்கும். கையில பெரிசா ஒண்ணும் மிஞ்சாது. ஆனாலும், நாம தொழில் நடத்தறோம்-ங்கற ஒரு சந்தோஷம், என்னிக்காவது நம்மாலும் டாடாமாதிரி, அம்பானிமாதிரி வளர்ந்துடமுடியும்-ன்னு நம்பிக்கை, பல்லைக் கடிச்சுக்கிட்டு எல்லாக் கஷ்டத்தையும் பொறுத்துக்கமுடிஞ்சது.'

கடந்த சில நாள்களில் முதன்முறையாக அவர் முகத்தில் ஒரு நிஜமான பரவசத்தைப் பார்க்கமுடிந்தது. ஒரு சின்னப் பிள்ளையைப்போன்ற உற்சாகத்துடன் தொடர்ந்து பேசிக்கொண்டிருந்தார் அவர்.

'அதுக்கப்புறம், ஃபேக்டரி பெரிசாச்சு, கடன் வாங்கித் தனிக் கட்டடம் கட்டினேன், ஏகப்பட்ட பேருக்கு வேலை கொடுத்தேன். சிறந்த தொழிலதிபர்-ன்னு ரோட்டரி க்ளப்-ல மெடலெல்லாம் கொடுத்தாங்க', என்றவர், நாடகத்தனமாகக் கைகளை விரித்துக் காண்பித்தார், 'இத்தனையும் என்னோட சொந்த உழைப்புன்னு நினைக்கும்போது ரொம்பப் பெருமையா இருக்கு.'

'உங்க பலமும் பலவீனமும் அதுதான்ப்பா', என்றான் பாலா, 'இத்தனையும் தனி மனுஷனா சாதிச்சீங்க. நல்ல விஷயம். ஆனா, உங்களுக்கப்புறம் யாரு ன்னு நீங்க யோசிக்கலை, யாரையும் தயார் செய்யலை. அதனாலதான், இன்னிக்கு நீங்க ஓய்வெடுக்கவேண்டிய கட்டாயம் வந்துட்டபிறகும், இனிமே

கம்பெனி என்ன ஆகுமோ-ங்கற கவலை உங்களை உறுத்துது.’

அவன் சொல்வதை அசைபோடுவதுபோல், ராகவேந்தர் மௌனமாகத் தலைகுனிந்துகொண்டார், ‘கடைசி வரைக்கும் நான்தான் இந்த ஃபேக்டரியை நடத்தணும்-ன்னு நினைச்சது உண்மைதான் பாலா, அதனாலதான், நீகூட இந்தத் தொழிலுக்கு வரக்கூடாது, நான் பட்ட கஷ்டமெல்லாம் நீயும் படக்கூடாது-ன்னு நினைச்சேன்.’

‘இதெல்லாம் கஷ்டம்-ன்னா, நீங்க ஏன்ப்பா சந்தோஷமா அதிலிருந்து விலகி ஓய்வெடுக்கக்கூடாது?’, புன்னகையோடு கேட்டான் பாலா, ‘இனிமே இந்தக் கஷ்டம் வேணாம்-ன்னு டாக்டர்ஸ் சொன்னபிறகும், இங்கேயே ஓடி வர்றீங்களே, ஏன்?’

‘ரொம்பப் பழகிட்டா, கஷ்டம்கூட ஒரு சுகமாயிடுமோ என்னவோ’, என்றபடி மீண்டும் தொழிற்சாலையின்பக்கம் திரும்பிக்கொண்டார் ராகவேந்தர், ‘ஒரு சின்னப் புள்ளியிலிருந்து நான் உருவாக்கின இந்த ஃபேக்டரியை, இன்னொரு மூணாம் மனுஷருக்குக் கொடுத்துடலாம்-ன்னு என்னால கற்பனைகூட செய்யமுடியலை பாலா.’

சில விநாடி மௌனத்துக்குப்பிறகு, ‘உன்கிட்ட நான் ஒரு உதவி கேட்கலாமா பாலா?’, என்றார் ராகவேந்தர்.

‘சொல்லுங்கப்பா.’

‘எனக்கு பதிலா, இந்த ஃபேக்டரியை நீ நடத்தணும், செய்வியா?’

12

‘சார், உங்கள மொதலாளி கூப்டறார்.’

‘மொதலாளி’யா? பாலாவுக்கு அந்த வார்த்தையை நினைக்கையில் ஏனோ சிரிப்பு வந்தது. முதலாளி இல்லை, மொதலாளி. யார் அந்த மொதலாளி? என்னைப் பார்க்க விரும்புகிற மொதலாளி?

இந்த ஊரில் பாலாவுக்குத் தெரிந்த ஒரே ‘மொதலாளி’, அவனுடைய அப்பா ராகவேந்தர்தான். பின்னே, இது யார் புதிதாக?

ஆச்சர்யத்தோடு, அந்த இளைஞனின் பின்னே நடந்தான் பாலா. நான்கைந்து கட்டடங்கள் தாண்டியபிறகு, மிளகாய்ப்பொடி வாசமடிக்கும் அந்தக் கடை தட்டுப்பட்டது.

அதைக் கடை என்று சொல்வதுகூட தவறு. மொத்த வியாபாரிகள் தங்களது பொருள்களைச் சேமிக்கும் கொடௌன்போலத் தென்பட்டது. வியர்த்த மனிதர்களின் முதுகுகளில், மூட்டைகள் முன்னும் பின்னும் நகர்ந்துகொண்டிருந்தன.

தூசிப் புழுதிக்குப் பின்னாலிருந்து, கையில் ஒரு பரீட்சை அட்டையோடு அந்த 'மொதலாளி' வெளிப்பட்டார், 'என்ன பாலா, எங்களையெல்லாம் நினைவிருக்கா?'

அந்தத் தெற்றுப்பல் சிரிப்பில், பாலா ஏழெட்டு வருடம் பின்னோக்கிச் சென்றுவிட்டான், 'டேய் சுந்தர், நீதானா?'

'நானேதான்' என்று சிரித்த அந்தச் சுந்தர், 'எப்படியிருக்கே பாலா, உன்னைப் பார்த்துப் பல வருஷமாகுது', என்றபடி பரீட்சை அட்டையை வேறொருவரிடம் ஒப்படைத்தான், 'எங்களையெல்லாம் சுத்தமா மறந்துட்டேல்ல?'

'ஏய், அப்படியில்லைப்பா', என்றபடி சுந்தரின் கையைப் பிடித்துக்கொண்டான் பாலா, 'கடைசி வருஷம், ப்ராஜெக்ட், எக்ஸாம், இன்டர்வ்யூன்னு ரொம்ப பிஸி, ஊருக்கு வரவேமுடியலை.'

பாலாவின் பிரம்மாண்டத் தும்மலைச் சிரிப்போடு பார்த்து, 'உனக்கு இந்த தூசு ஒத்துக்காது', என்றான் சுந்தர், 'வா, வெளிய போயிடுவோம்'

அந்தக் கடையினுள் நின்றிருந்த சில நிமிடங்களில், பாலாவுக்கு நன்றாக வியர்த்திருந்தது. அங்கிருந்து வெளியே வந்தபிறகுதான், கொஞ்சமேனும் நிம்மதியாக மூச்சு விடமுடிந்தது. அப்பாடா, வெளிக்காற்று இத்தனை இதமானதா?

சுந்தரை இப்போதுதான் நன்றாகப் பார்த்தான் பாலா, வேட்டி, சட்டை, தடிமன் கண்ணாடி என்று ஆளே மாறிவிட்டான். அவன், இவன் என்று நினைப்பதற்குக்கூடத் தயக்கமாக இருக்கிறது.

பள்ளி நாள்களில் பாலாவும் சுந்தரும்தான் குறும்புச் சேக்காளிகள். ஊரில் ஒரு வாத்தியார் அவர்களுடைய அலம்பலுக்குத் தப்பியதில்லை. கலாட்டாவுக்குக் கலாட்டா செய்துவிட்டு, பரீட்சை என்று வந்துவிட்டால், மார்க்கும் ஒழுங்காக வாங்கிவிடுவார்கள். ஆகவே, வாத்திகள் அவர்கள்மீது என்ன குறை சொன்னாலும் எடுபடாது.

பத்தாம் வகுப்பில் பாலாவும் சுந்தரும் மிகச் சரியாக ஒரே மார்க் எடுத்தார்கள். யாரைப் பார்த்து யார் காப்பியடித்தார்கள் என்பது இன்றுவரை யாருக்கும் தெரியாத ரகசியம்.

அடுத்த வருடம் அரையாண்டுப் பரீட்சை நேரத்தில், சுந்தரின் அப்பா அகாலமாக இறந்துபோனார். அதன்பிறகு, தொடர்ந்து படிக்கவேண்டாம் என்று அவனைக் குடும்பத் தொழிலினுள் இழுத்துவிட்டார்கள்.

பாலா எஞ்சினியரிங் சேர்ந்தபோது, சுந்தரின் மளிகைக்கடையில் ஊருக்கே சாக்லெட் கிடைத்தது, ‘நான் படிக்கலைன்னா என்ன மச்சி? எனக்கும் சேர்த்து நீ படிச்சுட்டு வா, எப்படியும் நாம ரெண்டு பேரும் ஒரே மார்க்தானே எடுக்கப்போறோம்?’, என்று அவன் ரயிலடியில் சொன்னது நேற்றுப்போல் நினைவிருக்கிறது.

கல்லூரி விடுதி என்பது, நிறைய புதிய நட்புகளை உருவாக்குகிறது. அதேசமயம், ஏகப்பட்ட பழைய நட்புகளைப் பின்னுக்குத் தள்ளி மறக்கடித்துவிடுகிறது. கடைசியாக சுந்தரைப் பார்த்து இரண்டு வருடத்துக்குமேல் இருக்கும் என்று நினைக்கையில் பாலாவுக்குக் கூச்சமாக இருந்தது.

‘ஆனா, நீ ரொம்ப மாறிட்டேடா’, என்றான் பாலா, ‘ஆரம்பத்தில விருப்பமே இல்லாமதானே இந்தத் தொழிலுக்கு வந்தே? அப்புறம் எப்படி?’

‘விருப்பம்-ங்கறதெல்லாம் ரொம்ப ஆடம்பரம்டா மச்சான்’, சுந்தர் எப்போதும்போல் சகஜமாகப் பேசிக்கொண்டிருந்தான், ‘வாழ்க்கை போற போக்கில நாமளும் போகவேண்டியதுதான். நான் நினைக்கிறமாதிரிதான் எல்லாம் நடக்கணும்ன்னு எதிர்பார்த்தா, ஏமாற்றமும், மன வருத்தமும்தான் அதிகமா இருக்கும்.’

‘அது சரிதான், ஆனா, இந்தத் தொழில்பத்தி ஆரம்பத்தில உனக்கு ஒண்ணுமே தெரியாதே, எப்படி எல்லா விஷயமும் முழுசாக் கத்துக்கிட்டே?’

'முழுசாக் கத்துக்கிட்டேன்னு யார் சொன்னது?', அதே பழைய குறும்போடு கண்ணடித்தான் சுந்தர், 'எதுவுமே தெரியாம ஒரு தொழில்ல இறங்கறது ஒரு விதத்தில சவுகர்யம்ப்பா, இதைத்தான் செய்யணும், இப்படிதான் செய்யணும்-ன்னு எந்தவிதமான கட்டுப்பாடும் இருக்காது, விருப்பம்போல புது விஷயங்களை முயற்சி செய்யலாம்.'

'ஆனா, ஒருமாதிரி மலைப்பா இல்லையா சுந்தர்?', அவன் சொல்வதை நம்பமுடியாத ஆச்சர்யத்தோடு கேட்டான் பாலா, 'நீச்சல் தெரியாதவனைத் தண்ணிக்குள்ளே தள்ளிட்டமாதிரி, ஏதாவது தப்பு செஞ்சுடுவமோ, அப்படியே மூழ்கிப்போய்டுவமோ-ன்னு பயமா இல்லையா?'

'ஏய், இதையெல்லாம் நீ ஏன் அக்கறையா விசாரிக்கறே?', என்றபடி அவனுடைய முதுகில் தட்டினான் சுந்தர், 'உங்கப்பா ஃபேக்டரி இப்ப உன் பொறுப்புக்கு வந்துடுச்சா என்ன?'

அவன் அப்படிச் சட்டென்று தெரிந்தாற்போல் கேட்டதும் பாலாவுக்கு திகைப்பாகிவிட்டது, 'அதெல்லாம் இல்லைப்பா', என்றான் உடனடியாக. சிறிது யோசனைக்குப்பிறகு, 'அப்படி ஒரு யோசனை இருக்கு', என்றான் தயக்கத்துடன்.

'வெரி குட், வெரி குட், உடனடியா கொண்டாடியாகவேண்டிய விஷயம் இது', என்றான் சுந்தர், 'தெருமுனையில, ஆனந்த பவன்-னு ஒரு ஹோட்டல் புதுசா ஆரம்பிச்சிருக்கான், அவன் போடற காஃபிக்கு ஈடு இணையே கிடையாது, ஆனா, பில் நீதான் கொடுக்கணும், சரியா?'

ஆனந்த பவன், அந்த மாலை வேளையிலும் நல்ல கூட்டத்தில் திணறிக்கொண்டிருந்தது. அதிர்ஷ்டவசமாக ஒரே ஒரு மேஜை காலியாக இருந்தது. சவுகர்யமாக அவர்கள் அமர்ந்துகொண்டார்கள்.

'ஸ்ட்ராங்கா ரெண்டு காஃபி', என்று சொல்லிவிட்டு, அதே வேகத்தில், 'சொல்லு பாலா, இப்போ உனக்கு என்ன பிரச்னை?', என நேரடியாக விஷயத்துக்குத் தாவினான் சுந்தர்.

‘அப்பாவுக்கு உடம்பு சரியில்லை சுந்தர்’, என்றான் பாலா, ‘சீரியஸா ஒண்ணுமில்லை. ஆனா, டாக்டர் அவரை கம்ப்ளீட் ரெஸ்ட் எடுக்கச் சொல்றார்.’

‘ஓகே ஓகே, மத்தது எனக்குப் புரிஞ்சுபோச்சு’, காஃபி நுரையை நாவால் ருசி பார்த்துச் சப்புக்கொட்டினான் சுந்தர், ‘உங்கப்பா எல்லாப் பொறுப்பையும் உன் தலையில கட்டப் பார்க்கறார், சரியா?’

‘ஆமாம்பா’, தன்னுடைய குரலில் எப்படிச் சுய இரக்கம் கலந்துகொண்டது என்று பாலாவுக்குத் தெரியவில்லை, ‘ஆனா, இப்போ என்ன பிரச்னைன்னா, அவரோட பிஸினஸ்பத்தி எனக்கு எந்த விவரமும் தெரியாது.’

‘அதைப்பத்தி நீ கவலைப்படவேண்டியதில்லை பாலா’, என்றான் சுந்தர், ‘பில் கேட்ஸ்ல தொடங்கி, நம்ம ஊர் லட்சுமி மிட்டல் வரைக்கும் பிஸினஸ்ல பெரிசா சாதிச்ச பல பெரும்புள்ளிகள், எந்த அனுபவமும் இல்லாம தொழில்ல இறங்கினவங்கதான்.’

அடுத்த சில நிமிடங்களுக்கு அவர்கள் பேசிக்கொள்ளவில்லை. ஆனந்த பவன் காஃபியின் ருசி, சூழலை விழுங்கியிருந்தது. பில்லுக்குப் பணம் கொடுத்துவிட்டு வெளியே வருகையில், ‘எல்லா விஷயத்தையும் நம்பளா கத்துக்கிட்டு ஒரு தொழில்ல இறங்கறதுதான் பெஸ்ட். ஆனா, பலருக்கு அந்த யோகம் கிடைக்கறதில்லை. ஏதோ ஒரு தைரியத்தில இறங்கி எதிர் நீச்சல் போட்டு ஜெயிக்கறவங்கதான் அதிகம்’, என்றான் சுந்தர்.

‘எந்தத் தொழில்லயும் ஒரு புதுமை வேணும்ப்பா, அது நம்மை மாதிரி கத்துக்குட்டிங்களாலதான் முடியும்’, சுந்தரின் குரலில் புது உற்சாகம் தெரிந்தது. ‘உங்கப்பாவும் எங்கப்பாவும், ஒரே தொழிலை, ஒரேமாதிரி இருபது வருஷமா செஞ்சுகிட்டிருந்தாங்க. அதுக்கு அடுத்து ஒரு நிலை இருக்கு-ன்னு அவங்களுக்கு நிச்சயமாத் தோணியிருக்காது. ஏன்னா, அவங்களுக்கு அந்தத் தொழிலை எப்படிச் செய்யணும்ன்னு தெரியும். தெரிஞ்சதை மட்டும்தான் அவங்களால திரும்பத் திரும்ப செய்யமுடியும்.

ஆனா நீயும் நானும் அப்படியில்லை, புது ஆள்கள், நமக்கு ஒரு விவரமும் தெரியாது. அதுவே ஒரு மிகப் பெரிய பலம்', என்றான் சுந்தர், 'எங்கப்பா விட்டுட்டுப்போன கடையை, பத்தாங்கிளாஸ் நானே இந்த அளவுக்கு வளர்த்துக் கொண்டுவந்திருக்கேன்னா பார்த்துக்கோ, என்னைவிட நீ அதிகம் படிச்சவன், எஞ்சினியர், ஆனா, இந்தத் தொழில்ல அனுபவமில்லாதவன், உங்கப்பாவோட தொழிலை, அடுத்த கட்டத்துக்கு எடுத்துக்கிட்டுப்போறதுக்கு, உன்னைமாதிரி ஒருத்தனாலதான் முடியும்.'

'அடுத்த கட்டமா?', என்றான் பாலா.

'ஆமாம் பாலா, எந்தத் தொழிலானாலும் சரி, அது உனக்கு முழுசாப் புரியணும்-ங்கற அவசியம்கூட இல்லை. கண்ணை மூடிக்கிட்டு, இந்தத் தொழிலோட அடுத்த கட்டம் என்னன்னு கொஞ்சம் யோசிச்சுப் பாரு, அந்தக் கற்பனைமட்டும் பழகிட்டாப் போதும், அந்தக் கனவைத் தேடி நடக்கற தைரியம் இருந்தாப் போதும், எங்கேயும் ஜெயிக்கலாம், எப்பவும் ஜெயிக்கலாம், எந்தச் சூழ்நிலையிலும் ஜெயிக்கலாம்.'

13

'ஹரி பஸ பஸ்பா,

குண்டு பஸ பஸ்பா,

கண்மூடித் தூங்கப்பா!'

பின்கட்டில் யாரோ மெலிதான குரலில் தங்கள் பிள்ளையைத் தாலாட்டிக்கொண்டிருக்கிறார்கள். அந்தக் குரலின் மென்மைக்கும் இனிமைக்கும் குழந்தை தூங்கியதோ இல்லையோ, பாலாவுக்கு நன்றாகத் தூக்கம் வந்தது.

அவன் கண்களை லேசாக மூடியதும், இருள் திரைப் பின்னணியில் சுந்தர் வந்து நின்றான், 'கண்மூடித் தூங்காதேப்பா, யோசி, பெரிசா ரொம்பப் பெரிசாக் கற்பனை செய், அப்பதான் அடுத்த கட்டத்துக்குப் போகமுடியும்.'

சட்டென்று விழித்துக்கொண்டுவிட்டான் பாலா. இந்த நினைப்பு வந்துவிட்டபிறகு, எந்தத் தாலாட்டாலும் தன்னைத் தூங்கச் செய்துவிடமுடியாது என்று நினைத்துக்கொண்டான் அவன். இன்றைக்கும் சிவராத்திரிதான்.

நேற்றிலிருந்து இதே அவஸ்தையாகத்தான் இருக்கிறது. எங்கே திரும்பினாலும் சுந்தர் சொன்ன வார்த்தைகள்தான் முகத்தில் அறைகின்றன. அவன் சொன்னதையெல்லாம் யோசிக்க யோசிக்க, புத்தி இரண்டாகப் பிரிந்துகொள்கிறது.

சுந்தர் சொல்வதுபோல், ஒரு நிறுவனத்தை ஏற்று நடத்துவதும், வெற்றியடையச் செய்வதும் அத்தனை எளிதாக இருக்கமுடியாது. ஆனால், அவன் சொல்லும் விதத்தைப் பார்க்கும்போது, அதை நம்பத் தோன்றுகிறது.

'நம்மை மாதிரி இளைஞர்களாலதான் இது முடியும்' என்று மிகுந்த நம்பிக்கையோடு சொல்கிறான் அவன். அதற்குச் சாட்சியாக, கண்ணுக்கு எதிரே ஒரு சின்னக் கடையைக் குறிப்பிடத்தக்க அளவு வளர்த்துக்காட்டியிருக்கிறான்.

ஆனால், தொழிற்சாலை என்பது, அரிசி, பருப்பு வியாபாரம் இல்லையே, அவனுக்குப் பயன்பட்ட விதிமுறைகள், இங்கேயும் பொருந்தவேண்டும் என்று எந்தக் கட்டாயமும் இல்லை. ஒருவேளை, கண் போன போக்கில் போய், செமத்தியாக உதை வாங்க நேர்ந்துவிட்டால்?

இப்படியெல்லாம் யோசித்துச் சந்தேகப்பட்டுக்கொண்டிருப்பதை விட, சுந்தர் சொல்வதை நம்புவதுதான் தன்னுடைய வயதுக்கு மரியாதை என்று பாலாவுக்குத் தோன்றியது. அவன் சொல்கிறபடி ஒரு முயற்சி செய்து பார்த்தால்தான் என்ன?

கண்களை இறுக்கமாக மூடிக்கொண்டான் பாலா. அவனுக்கு இன்னும் சரியாக அறிமுகமாகியிருக்காத அந்தத் தொழிற்சாலை, மசங்கலாக அவனுடைய நினைவில் தோன்றியது. இந்தத் தொழிற்சாலையின் அடுத்த கட்டம் என்ன?

தங்களுடைய தொழிற்சாலையில் தயாராகிற பொருள்கள் என்னென்ன, அதை யார் வாங்குகிறார்கள், என்ன விலைக்கு வாங்குகிறார்கள், எப்படிப் பயன்படுத்துகிறார்கள் என்பதுபோன்ற எந்த விஷயமும் பாலாவுக்குத் தெரியாது. தெரியவேண்டிய அவசியமும் இல்லை என்கிறான் சுந்தர்.

'இது ஒரு சின்ன விளையாட்டுமாதிரிதான் பாலா, உன்னுடைய கற்பனையில, ஒரு நல்ல ஃபேக்டரி எப்படி இயங்கணும்-ன்னு யோசிச்சுப் பாரு, அவ்ளோதான் விஷயம்.'

பாலாவின் மனக் கண்களில், அந்தத் தொழிற்சாலை இப்போது தெளிவாகத் தெரியத் தொடங்கியது. அதனுள் ஏகப்பட்ட இயந்திரங்கள் நிற்க நேரமில்லாமல் ஓடிக்கொண்டிருந்தன. அவற்றை இயக்குகிறவர்கள், 'பளிச்' சென்று ஆடை அணிந்து, உற்சாகமாக வேலை செய்தார்கள்.

அவர்களுடைய முகங்களில், இயந்திர பாவம் இல்லை. ஒரு நிரந்தரப் புன்னகை தென்பட்டது. அவ்வப்போது, அக்கம்பக்கத்தில் இருக்கிறவர்களைப் பார்த்துச் சிநேகிதமாகச் சிரித்துக்கொண்டார்கள். இங்கே வேலை செய்வதை அவர்கள் வெறும் கடமையாக நினைக்காமல், எதையும் தங்களுடைய சொந்த விருப்பத்தின்பேரில் செய்வதுபோல் தோன்றியது.

அனிச்சையாக ஒரு சொடக்குப் போட்டபடி உற்சாகத்துடன் எழுந்துகொண்டான் பாலா. இதுதான், இதுதான் நான் விரும்புகிற அடுத்த கட்டம்.

'இப்போதே சுந்தரிடம் பேசவேண்டும், நான் நினைப்பது சரிதானா என்று உறுதிப்படுத்திக்கொள்ளவேண்டும்', கைக் கடிகாரத்தில் மணி பார்த்தான் பாலா, பத்தே கால்.

இந்த நேரத்தில் சுந்தர் விழித்திருப்பானா? முயற்சி செய்தால் தப்பில்லை என்று தோன்றியது. அவனுடைய செல்ஃபோன் நம்பரைத் தேடிப் பிடித்து டயல் செய்தான்.

எதிர்முனையில், 'வெற்றிமீது வெற்றி வந்து என்னைச் சேரும்' என்று பழைய பாடல் ஒலித்தது. 'அதை வாங்கித் தந்த பெரு' எனும்போது பாட்டு முறிந்து, சுந்தரின் கரகரப்பான குரல் கேட்டது, 'ஹலோ'.

'சுந்தர், நான்தான் பாலா, ஸாரி, தூங்கிட்டியா?'

'இல்லைப்பா, சொல்லு, என்ன விஷயம்?'

பாலாவுக்குத் தன்னுடைய உற்சாகத்தைக் கட்டுப்படுத்திக் கொள்ளவே முடியவில்லை. படபடவென்று மூச்சிரைக்கத் தனது ‘அடுத்த கட்ட’த்தைச் சொல்லி முடித்தான்.

‘ம்ஹூம், போதாது’, என்றான் சுந்தர், ‘தொழிலாளர்களைச் சந்தோஷமா வெச்சுக்கறது ரொம்ப முக்கியம்தான். ஆனா, ஒரு தொழிற்சாலையோட வெற்றிக்கு அதுமட்டும் பத்தாது.’

‘பின்னே? வேற என்ன வேணும்?’, பாலாவின் குரலில் லேசான கோபம் தென்பட்டது.

‘ஒரு சின்ன உதாரணம் சொல்றேன் பாலா, நீயும் நானும் ஒரு ஹோட்டலுக்குப் போறோம், அங்கே எல்லா சர்வர்களும் ரொம்ப சந்தோஷமா, உற்சாகமா சிரிச்சுக்கிட்டு வேலை பார்க்கறாங்க, ஆனா, அவங்க கொண்டுவந்து கொடுக்கிற சாப்பாடு, படு கேவலமா இருக்கு, இன்னொருவாட்டி நாம அந்த ஹோட்டலுக்குப் போவோமா?’

‘சான்ஸே இல்லை.’

‘அதாவது, சாப்பாடு சரியில்லைன்னா, வேற எது நல்லா இருந்தாலும் போதாது. வாடிக்கையாளர்கள் உன்னை நிராகரிச்சுடுவாங்க, சரியா?’

‘ஆமாம்’, பாலாவுக்கு இப்போது ஏதோ புரிவதுபோல் இருந்தது, ‘தொழிலாளர்களை மட்டும் சந்தோஷமா வெச்சுக்கிட்டாப் போதாது, நம்ம கஸ்டமர்ஸையும் திருப்திப்படுத்தணும், அவங்களுக்குச் சரியான விலையில, சரியான தரத்தில பொருள்களைத் தயாரிச்சுக் கொடுக்கணும், சரியா?’

‘வெரி குட்’, என்றான் சுந்தர், ‘இதில இன்னொரு விஷயமும் இருக்கு - உன்னோட தொழிலாளர்கள், வாடிக்கையாளர்கள் சந்தோஷப்படறமாதிரி, இந்தக் கம்பெனியை நம்பிப் பணம் போட்ட நீயோ, உங்க அப்பாவோ, அவருடைய நண்பர்கள், உறவினர்களோ - அவங்களும் திருப்தியா சிரிக்கணும், அவங்க கொடுத்த காசு, பலமடங்கா இல்லாட்டியும், கொஞ்சமாவது

ஜாஸ்தியாத் திரும்பி வரணும்'

'ஸோ, இந்தத் தொழிற்சாலையோட அடுத்த கட்டம்-ங்கறதுல, மூணு விஷயம் இருக்கு', என்றபடி கையிலிருந்த காகிதத்தில் ஒரு முக்கோணத்தை வரைந்தான் பாலா, அதன் மூன்று முனைகளிலும் இப்படி எழுதினான்:

- தொழிலாளர்கள்
- வாடிக்கையாளர்கள்
- முதலீட்டாளர்கள்

'ஆமா, இந்த மூணு பேரில யார் முதல், யார் ரெண்டாவதுங்கற பேச்சே இல்லை, எல்லோரும் சம அளவு முக்கியம்ன்னு நினைச்சுக்கோ, ஒவ்வொருத்தருக்கும் நாம என்னென்ன செய்யணும்-ன்னு நிதானமா யோசி, உன்னோட அடுத்த கட்டம் இன்னும் தெளிவாப் புரிய ஆரம்பிக்கும்' என்றான் சுந்தர்.

'ஷ்யூர்', என்றான் பாலா, 'முதல்ல, எங்கப்பா செஞ்சமாதிரி தொழிலாளர்களை இயந்திரங்களா நடத்தக்கூடாது, அவங்களுக்குச் சரியான சம்பளம் கொடுத்து, அவங்க திறமைகளை மதிச்சு, உற்சாகப்படுத்தி வேலை வாங்கணும்.'

'சரி, அடுத்தது?'

'எங்க ஃபேக்டரியிலிருந்து பொருள் வாங்கறவங்ககிட்ட பேசி, அவங்களோட எதிர்பார்ப்புகளைப் புரிஞ்சுக்கணும், விலை, வசதிகள், தரம்-ன்னு எந்த விஷயத்திலயும் ஒரு குறை வைக்காம அவங்க நினைக்கிறதைச் செஞ்சு தரணும், அவங்க இன்னொருத்தர்கிட்டே போகாதபடி இழுத்துப் பிடித்து வெச்சுக்கணும்.'

'ஓகே, மூணாவது?'

'முதலீடு செஞ்சவங்களுக்குக் கணிசமான லாபம் வரணும்.'

'அவ்ளோதான்' என்றான் சுந்தர், 'நாம அடுத்து என்ன செய்யணும்-ன்னு உன் மனசில ஒரு தெளிவு வந்தாச்சு, இனிமே அதை நோக்கிப் போறது சுலபம்.'

'ஆனா, இதையெல்லாம் இப்படி உட்கார்ந்து காலாட்டிக்கிட்டு யோசிக்கறதுக்கு நல்லாதான் இருக்கு. இந்தக் கற்பனைகளை நிஜமாக்கறது எப்படி?'

'கவலைப்படாதேப்பா', நாடக பாணியில் சொன்னான் சுந்தர், 'இலக்கு இதுதான்னு சரியாத் தெரிஞ்சுகிட்டாலே, நீ பாதி ஜெயிச்சாச்சுன்னு அர்த்தம், துணிஞ்சு வேலையில இறங்கு, அப்புறம் எல்லாக் கற்பனைகள், ஆசைகள், பேராசைகளையும் ஒவ்வொண்ணா நிறைவேத்திக்கலாம்.'

காட்சிப்படுத்துதல்

நம்முடைய 'அடுத்த கட்டம்'பற்றிக் கண்களை மூடிக் கற்பனை செய்யும் இந்த உத்திக்குப் பெயர் '*Visualization*' - அதாவது, காட்சிப்படுத்துவது.

இதை பாலா, சுந்தர்போல் நிறுவனங்களின் நிர்வாகிகள்தான் செய்யவேண்டும் என்று எந்தக் கட்டாயமும் இல்லை. யார் வேண்டுமானாலும் தங்களுடைய அடுத்த கட்டத்தைப்பற்றிக் கற்பனை செய்யலாம், கனவு காணலாம்.

உதாரணமாக, 'இந்திய கிரிக்கெட் அணியில் சேர்ந்து, தேசத்துக்காக விளையாடவேண்டும்' என்பது ஒருவருடைய இலக்காக இருக்கலாம், அவர் அதையே தனது அடுத்த கட்டமாக நினைத்துக்கொண்டாலும் தப்பில்லை. ஆனால், அதற்குமுன்னால் ஏகப்பட்ட கட்டங்கள் இருக்கின்றன, முதலில் உள்ளூர் அணி, பிறகு மாவட்ட அணி, அப்புறம் மாநில அணி, ரஞ்சி அணி என்று படிப்படியாக அடுத்தடுத்த கட்டங்களைக் கற்பனை செய்துகொண்டால், அவற்றை எட்டியபிறகு, அடுத்த நிலைக்கு உயரலாம்.

இப்படிக் கண்களை மூடி நமது அடுத்த கட்டத்தைக் கற்பனை செய்துகொள்வதன்மூலம், நம்முடைய மூளையில், இது சாத்தியம்தான் என்கிற எண்ணத்தைப் பதித்துவிடுகிறோம். இந்தப் பழக்கம், மறைமுகமாக வெற்றியை நோக்கி நம்மை இன்னும் வேகமாகச் செலுத்தும் என்கிறார்கள் உளவியல் நிபுணர்கள்.

உலகெங்கும் புகழ்பெற்ற *'Chicken Soup For the Soul'* வரிசைப் புத்தகங்களை அறிமுகம் செய்த ஜாக் கான்ஃபீல்ட் *(Jack Canfield)*, இந்த 'அடுத்த கட்ட'க் கற்பனையின்மூலம் நான்கு நன்மைகள் உண்டு என்று சுட்டிக்காட்டுகிறார்:

- இலக்கு இதுதான் என்று புரிந்துவிட்டால், நம்முடைய உள்மனம் அதற்கான புதுப்புது உத்திகளை யோசித்துக் கண்டறியத் தொடங்கிவிடும்.
- அந்த இலக்கை அடைவதற்கான வழிகளைக் கண்டறிவதற்காக, அடையாளம் காண்பதற்காக, நம் மூளை மேலும் சுறுசுறுப்பாக வேலை பார்க்கும்.
- நமது இலக்கை அடைவதில் நமக்கு உதவக்கூடியவர்களை, இந்த 'பாஸிடிவ் சிந்தனை' ஈர்த்து, நம்மருகே கொண்டுவரும்.
- இதன்மூலம் நம்மை நாமே ஊக்குவித்துக்கொள்ள, உற்சாகப்படுத்திக்கொள்ள முடியும்.

14

'இந்த ரூம் ஏன் இவ்ளோ பெரிசா இருக்கு?'

பாலாவின் கேள்வியோ, அதன் உள்நோக்கமோ, அவனுடைய உதவியாளருக்குப் புரியவே இல்லை. ஆகவே, 'மிஸ்டர். ராகவேந்தர் பயன்படுத்தின ரூம்தான் சார் இது', என்றுமட்டும் சுருக்கமாகப் பதில் சொன்னார்.

'அதுக்காக, நானும் இத்தனை பெரிய ரூம் பயன்படுத்தணும்ன்னு அவசியம் இல்லை', என்றான் பாலா, 'முதல்ல இந்த ரூமைப் பிரிச்சுச் சின்னதாக்குங்க, இதில நாலு பேர் தாராளமா உட்காரலாம்.'

உதவியாளர் கொஞ்சம் தயங்கினார், 'ஸார், உங்களைப் பார்க்க யாராச்சும் கஸ்டமர்ஸ், ஆஃபீஸர்ஸ் வந்தாங்கன்னா, இந்தமாதிரி ஒரு பெரிய ரூம்ல நீங்க அவங்களைச் சந்திக்கறதுதான் மரியாதையா இருக்கும்.'

'மிஸ்டர் பிரசன்னா', பாலா நட்பாகப் புன்னகைத்தபடி பேசினான், 'எப்பவோ வரப்போற சில பெரிய மனுஷங்களுக்காக, நாம இப்படி தினசரி அநாவசியமா ஆடம்பரம் பண்ணணும்ன்னு

அவசியமில்லை. வேணும்ன்னா, இப்படிப் பண்ணலாம், இந்த அறையைப் பார்வையாளர்களுக்கான விசிட்டர் ரூமா மாத்திடலாம், எனக்கு வெளியே எல்லோரோடும் டேபிள் போட்டுடுங்க.'

'ஐயோ ஸார்', அவர் பதறிப்போய்க் குறுக்கிட்டார், 'ப்ளீஸ், கோவிச்சுக்காதீங்க, நான் அந்த அர்த்தத்திலே சொல்லலை.'

'நோ நோ, எனக்குக் கோபமே இல்லை பிரசன்னா', என்றான் பாலா, 'நிஜமாவே சொல்றேன், எனக்கும் மத்த ஊழியர்ங்களுக்கும் இப்படி ஒரு பெரிய வித்தியாசம் இருக்கிறதை நான் விரும்பலை, நீங்க என் டேபிளை வெளியே மாத்திடுங்க. அதுதான் எல்லோருக்கும் நல்லது.'

அவன் சொல்வதை நம்பமுடியாமல் பார்த்துக்கொண்டிருந்தார் அவர். பெரிய முதலாளி ராகவேந்தர் கட்டாய ஓய்வு பெற்றதிலிருந்து, எல்லாமே இங்கே தலைகீழாகிக்கொண்டிருக்கிறது.

வழக்கமாக இந்தத் தொழிற்சாலையில் ஒரு சாதாரண வாட்ச்மேன், ப்யூன், இயந்திரத் தொழிலாளி ஓய்வு பெற்றால்கூட, அவர்களுக்குச் சிறிய அளவிலாவது பிரிவுபசார விழா நடத்தி, டீ, சமூசா, இன்னபிற வழங்கிக் கொண்டாடுவது வழக்கம். ராகவேந்தருக்கு அப்படி எதுவும் நடக்கவில்லை. திடீரென்று ஒருநாள் நெஞ்சைப் பிடித்துக்கொண்டு விழுந்தார், அதன்பிறகு அவருக்கும் கம்பெனிக்கும் எதுவும் இல்லை என்றாகிவிட்டது.

இந்தப் புது முதலாளிகூட, முறைப்படி பதவி ஏற்றுக்கொள்ளவில்லை. போன செவ்வாய்க்கிழமை கொழுத்த ராகு காலத்தில் இந்த அறையில் வந்து உட்கார்ந்துகொண்டுவிட்டார், எல்லாவற்றையும் மாற்றப்போகிறேன் என்று இல்லாத மீசையை முறுக்கிக்கொண்டிருக்கிறார்.

குழப்பத்தோடு அந்த அறையிலிருந்து வெளியேறினார் பிரசன்னா. நடப்பதெல்லாம் நல்லதுக்கா கெட்டதுக்கா என்று அவருக்குப் புரியவில்லை.

ராகவேந்தர் தலைமையில், நிறுவனம் அப்படியொன்றும் பெரிதாகச் சம்பாதித்துவிடவில்லைதான். ஆனால் அதேசமயம், தலையைச் சுற்றி உட்கார்ந்திருந்த பிரச்னைகள் கத்தியாக மாறி உயிரை எடுத்துவிடவும் இல்லை. ஏதோ வண்டி உருப்படியாக ஓடிக்கொண்டிருந்தது. இப்போது அதைத் தலைகீழாக மாற்றவேண்டிய அவசியம் என்ன என்று அவருக்குப் புரியவில்லை.

புது முதலாளி பாலாவின் சிந்தனைகள் புதுசாக இருக்கின்றன. இந்தத் துறையில் அவருக்கு எந்த முன் அனுபவமும் இல்லை என்பது தெளிவாகத் தெரிகிறது. அதனால், அவர் சொல்கிற பல விஷயங்களை ஜீரணித்துக்கொள்வது சிரமமாக இருக்கிறது.

முதலாவதாக, 'நான் முதலாளியே இல்லை' என்கிறார். 'எல்லாத் தொழிலாளர்களோடும் சகஜமாகப் பழக விரும்புகிறேன்' என்று சினிமா கதாநாயகன்போல் வசனம் பேசுகிறார். இதெல்லாம் யதார்த்தத்தில் நடக்கிற காரியமா?

இந்த விஷயத்தில் பாலாவுக்கு எந்தக் குழப்பமும் இல்லை – எனக்குமுன்னர் இந்தக் கம்பெனி எப்படி நடத்தப்பட்டது என்பதுபற்றி நான் கவலைப்படப்போவதில்லை. இனிமேல், நான் விரும்பும்விதமாகத்தான் இதை நடத்துவேன். அது பலன் அளிக்கிறதா, இல்லையா என்பதைப் பொறுத்து, அடுத்த கட்டத் திட்டங்களை அமைத்துக்கொள்வேன்.

வெறும் பேச்சோடு நிறுத்திவிடாமல், நிஜமாகவே தனது அறையைப் பார்வையாளர்களைச் சந்திப்பதற்காக ஒதுக்கிவிட்டு, வெளியே எல்லோரோடும் மேஜை போட்டுக்கொண்டு அமர்ந்தான் பாலா. 'இந்த விசிட்டர் ரூம் எனக்கு மட்டுமில்லை, எல்லோருக்கும்தான். உங்களைப் பார்க்கப் பழைய நண்பர்களோ, உறவினர்களோ வந்தால், அவர்களை இங்கே வைத்துச் சந்திக்கலாம்', என்றான், குளுகுளு வசதி, நவீன ஓவியங்கள், தினசரிப் புதுப் பூக்கள் என்று அந்த அறைக்குச் சகல சவுகர்யங்களும் செய்து கொடுத்தான்.

ஆரம்பத்தில் பாலா தவிர, வேறு யாரும் அந்த அறையைப் பயன்படுத்தத் துணியவில்லை. மேலிடம் ஏதோ சதி செய்து, தங்களைக் கவிழ்க்கப் பார்க்கிறது என்று பெரும்பாலான ஊழியர்களுக்குச் சந்தேகம். ஆகவே, இல்லாத வலையில் சிக்குவதைத் தவிர்க்க முயன்றார்கள்.

இதைப் புரிந்துகொண்டபோது, பாலாவுக்கு மிகவும் சோர்வாக இருந்தது. நான் என்னதான் முற்போக்குப் பார்வையோடு சிந்தித்தாலும், சுற்றியிருப்பவர்கள் அதன் நோக்கங்களைப் பிடிவாதமாகச் சந்தேகித்தால், பிறகு என்னதான் செய்யமுடியும்?

தனது இந்த எரிச்சலை அவன் பகிர்ந்துகொண்டபோது, இதை ஏற்கெனவே எதிர்பார்த்திருந்ததுபோல் சிரித்தான் சுந்தர், 'பல தலைமுறையா, முதலாளிங்களுக்கு பயந்து, விலகி இருந்தே பழகினவங்கப்பா இவங்க, அந்தச் சிந்தனையெல்லாம் ஒரு ராத்திரியில மாறிடும்ன்னு நீ எதிர்பார்க்கிறது தப்பு.'

'அப்ப என்னதான் செய்யறது?'

'நாம வேற ஜாதி, மேலிடம் வேற ஜாதி-ங்கற அந்த எண்ணத்தை முதல்ல மாத்தணும். அந்த இடைவெளி குறைஞ்சாதான், நெருக்கம் அதிகமாகும்' என்றான் சுந்தர்.

அந்த வெள்ளிக்கிழமை, தனது ஃபேக்டரியில் வேலை செய்கிற அத்தனை பேரையும் தொழிற்சாலை வளாகத்தில் திரட்டிப் பேசினான் பாலா, 'நான் இங்கே சில மாற்றங்கள் செய்ய விரும்பறேன். அதுக்கு உங்களோட ஒத்துழைப்பு தேவை.'

பெரும்பாலானோருக்கு, அவன் என்ன பேசுகிறான் என்பதே புரியவில்லை. காலம்காலமாக, உத்தரவுகளுக்குப் பணிந்தே பழகிவிட்டவர்கள், இப்போதும் அவனிடம் கட்டளைகளைத்தான் எதிர்பார்த்தார்கள், கருத்துக் கேட்கிற சிநேகித பாவத்தை அல்ல.

பல நிமிடங்களுக்கு நீடித்த சங்கடமான மௌனத்துக்குப்பிறகு, கடைசியில் ஒருவர் முன்வரிசைக்கு நகர்ந்து வந்தார், 'நீங்க

என்ன செய்யணும்ன்னு நினைக்கறீங்க சார்?', என்றார் தைரியமான குரலில்.

'முதல்ல, இந்த சார், மோர்-ல்லாம் வேண்டாம்', என்றான் பாலா, 'என்னை நீங்க பாலா-ன்னே கூப்பிடலாம், நான் உங்க எல்லோரையும்விட சின்னப் பையன்.'

இந்தச் சாதாரண விஷயம்கூட, அங்கிருந்த பலருக்கு திகைப்பை உண்டாக்குவது தெரிந்தது. என்னதான் சின்ன வயதாக இருந்தாலும், முதலாளியைப்போல் பெயர் சொல்லிக் கூப்பிடுவதாவது?

'நான் முதலாளி, நீ தொழிலாளி-ங்கற வித்தியாசத்தை நான் முதல்ல உடைக்க விரும்பறேன்', என்றான் பாலா, 'அடிப்படையில நாம எல்லோருமே தொழிலாளிங்கதான், இந்தக் கம்பெனியோட வளர்ச்சிக்காக ஒருத்தர் இயந்திரம் ஓட்டறார், இன்னொருத்தர் பணம் பட்டுவாடா பண்றார், இன்னொருத்தர் கஸ்டமர்ஸோட பேசி அவங்க தேவைகளைப் பூர்த்தி பண்றார், இன்னொருத்தர் பணம் போடறார், இப்படி ஒவ்வொருத்தரும் செய்யற வேலைதான் வித்தியாசப்படுதேதவிர, யாரும் உசத்தி - தாழ்த்தி இல்லை.'

'இதெல்லாம் பேசறதுக்கு நல்லாதான் இருக்கும் சார்', என்றபடி முன்னே வந்த கார்த்திகேயனை பாலாவுக்கு அடையாளம் தெரிந்தது, 'யதார்த்தத்தில அதெல்லாம் சரிப்படாது, நீங்க சம்பளம் கொடுக்கறவங்க, நாங்க கைநீட்டிக் காசு வாங்கறவங்க, எவ்ளோ கஷ்டப்பட்டாலும், அந்த வித்தியாசத்தை அழிச்சுடமுடியாது.'

'நீங்க சொல்றது சரியாவே இருக்கலாம். ஆனா, அதை மாத்தறதுக்கு முயற்சி செய்யறது தப்பில்லையே', முடிந்தவரை தன்னுடைய குரலை உயர்த்தாமல் பேச முயன்றான் பாலா, 'உங்களுக்கே நல்லாத் தெரியும், நான் இந்தக் கம்பெனிக்கு ரொம்பப் புதுசு, இங்கே நடக்கற பல விஷயங்கள் எனக்குச் சரியாத் தெரியாது. ஆகவே, இதைத் திறமையா நிர்வகிக்கறதுக்கு எனக்கு உங்க உதவி தேவை.'

இப்போதும் தொழிலாளர்களின் முகபாவத்தில் எந்த மாற்றமும் தென்படவில்லை. இந்தப் புதுப் பையன் ஏதோ ஒரு வலைக்குள் நம்மைச் சிக்கவைக்க முயல்கிறான் என்றுதான் அவர்களுக்குத் தோன்றிக்கொண்டிருந்தது.

'எனக்கு நிறையப் பொறுமை வேண்டும்', என்றபடி பெருமூச்சுடன் தன்னைத் திரட்டிக்கொண்டான் பாலா. இவர்களுடைய வெற்று முகங்களைப்பற்றிக் கவலைப்படாமல், நான் தொடர்ந்து என்னுடைய திட்டங்களைச் செயல்படுத்தியாகவேண்டும், வேறு வழியே இல்லை.

கூட்டத்தில் எல்லோரும் இப்போது தங்களுக்குள் ரகசியம் பேசிக்கொள்ளத் தொடங்கியிருந்தார்கள். அந்தச் சலசலப்பை மிஞ்சிப் பேசுவது பாலாவுக்கு மிகவும் சிரமமாக இருந்தது, 'ஃப்ரெண்ட்ஸ்', என்று உரத்த குரலில் அவன் நான்கைந்து முறை கத்தியபிறகுதான், கொஞ்சமேனும் அமைதி சாத்தியப்பட்டது.

'தயவுசெஞ்சு என்மேல சந்தேகப்படாதீங்க. எனக்கு எந்த உள்நோக்கமும் இல்லை. நிஜமாவே இங்கே சில நல்ல மாற்றங்களைக் கொண்டுவரணும்-ன்னு நினைக்கறேன்', என்றான் பாலா, 'என்மேல நம்பிக்கை உள்ளவங்க நாலே நாலு பேர் இருந்தாப் போதும், அவங்ககிட்டே இதுபத்தி விரிவாப் பேச விரும்பறேன்.'

இந்த மாற்றங்களில் நேரடிப் பங்கெடுத்துக்கொள்ள விரும்புகிறவர்கள், தங்கள் கைகளை உயர்த்தலாம் என்று அறிவித்தான் பாலா. சில நிமிடங்களுக்குப்பிறகு, மூன்று கைகள் மட்டும் உயர்ந்தன.

முக்கால் கிணறுதான் ஆனாலும், பாலாவின் முகத்தில் முதன்முறையாக ஒரு நிம்மதிச் சிரிப்பு பரவியது.

15

‘இன்னிக்கு ஈவினிங் நாம இந்த ஃபேக்டரியை நிரந்தரமா மூடிடப்போறோம்’, என்று தொடங்கினான் பாலா.

அந்த அறையில் உட்கார்ந்திருந்த யார் முகத்திலும் ஈயாடவில்லை. தொழிற்சாலையில் என்னென்னவோ மாற்றங்களைக் கொண்டுவரப்போகிறேன் பேர்வழி என்று கூட்டம் சேர்த்து, இப்படி குண்டைத் தூக்கிப் போடுகிறானே இந்த ஆள் என்கிற திகைப்போடு அவனைப் பார்த்துக்கொண்டிருந்தார்கள்.

‘பயப்படாதீங்க, சும்மா ஒரு பேச்சுக்குச் சொன்னேன்’, என்றான் பாலா, ‘ஒருவேளை, அப்படி நம்ம ஃபேக்டரிக்கு ஒரு முடிவு வந்துட்டா, நீங்க என்ன செய்வீங்க?’

இப்போதும் அவர்களில் யாரும் பேசத் தயாராக இல்லை. என்ன நோக்கத்தோடு இவன் இப்படிக் கேட்கிறான் என்று தெரிந்துகொள்ளாமல் வாயைத் திறந்தால், ஆபத்தை விலை கொடுத்து வாங்கினமாதிரி ஆகிவிடும் என்று மௌனத்தின் பின்னால் ஒளிந்துகொண்டிருந்தார்கள்.

‘சரி, இந்தக் கேள்வியை வேறமாதிரி கேட்கறேன்’, என்றான் பாலா, ‘ஒருவேளை, நாம இந்த ஃபேக்டரியை மூடறதா முடிவெடுத்துட்டா, அந்தக் கடைசி நாள்ல, வொர்க்கர்ஸ் எப்படி நடந்துக்குவாங்க?’

‘எல்லோருக்கும் ரொம்ப வருத்தமா இருக்கும்’, என்றார் கார்த்திகேயன், ‘அடுத்து எங்கே, எப்போ, எப்படிப்பட்ட வேலை கிடைக்குமோ-ன்னு எல்லோரும் எதிர்காலத்தை நினைச்சு பயப்படுவாங்க.’

‘நான் அவங்களோட உணர்ச்சிகளைப்பத்திக் கேட்கலை கார்த்திகேயன்’, வெண்பலகையில், ‘கடைசி நாள்’ என்று பெரிதாக எழுதி அடிக்கோடிட்டான் பாலா, ‘இன்னியோட இந்த ஃபேக்டரியின் வாழ்நாள் முடிஞ்சது, இனிமே நமக்கு இங்கே வேலை தெரியலைன்னு தெரிஞ்சா, அதை அவங்க எப்படி எதிர்கொள்வாங்க, அந்தக் கடைசி நாள்ல அவங்க என்னென்ன செய்வாங்க, என்னென்ன செய்யமாட்டாங்கன்னு கொஞ்சம் ஊகிச்சுச் சொல்லுங்களேன்.’

‘நிச்சயமாக அவங்க யாருக்கும் வேலை செய்யறதுக்கே மனசு வராது’, என்றார் கார்த்திகேயன், ‘அடுத்து என்னன்னு ஒண்ணும் புரியாம, அதிர்ச்சியில எல்லோரும் அப்படியே உறைஞ்சுபோயிடுவாங்கன்னு நினைக்கறேன்.’

‘சரி, இப்போ இன்னொரு கற்பனைக் கேள்வி’, என்ற பாலா சற்றே தயங்கினான். பிறகு, ‘உங்களுக்கு இன்னும் பத்து நாள்தான் ஆயுள்-ன்னு ஒரு டாக்டர் சொல்லிடறார், அப்போ நீங்க என்ன செய்வீங்க?’

கார்த்திகேயன் பெரிதாகச் சிரித்து, ‘இதுவரைக்கும் நான் என்னவெல்லாம் செய்யணும்ன்னு ஆசைப்பட்டேனோ, அதையெல்லாம் அந்தப் பத்து நாளுக்குள்ள செஞ்சு முடிச்சுடுவேன்’, என்றார்.

பாலா இந்தப் பதிலைத்தான் எதிர்பார்த்திருந்தான் என்பது, அவனுடைய குறும்புச் சிரிப்பில் தெரிந்தது, ‘அதாவது,

வாழ்க்கையோட கடைசி நாள்களை, நல்லா அனுபவிச்சு வாழுவீங்க, ஆனா, ஃபேக்டரியோட கடைசி நாள்லமட்டும் எதுவும் செய்யாம, சும்மா உட்கார்ந்திருப்பீங்க, அது ஏன் சார் அப்படி?'

சட்டென்று அந்த அறையில் மௌனம் சூழ்ந்துகொண்டிருந்தது. பாலா, கார்த்திகேயன் தவிர, அங்கே அமர்ந்திருந்த மற்ற இருவரும் சங்கடமாகத் தங்களுக்குள் பார்த்துக்கொண்டார்கள்.

'மிஸ்டர் கார்த்திகேயன், உங்களை வருத்தப்பட வைக்கணும்ங்கறதுக்காக நான் அப்படிக் கேட்கலை, இந்தக் கேள்வி, நம்ம எல்லோருக்கும் பொதுவானது', என்றான் பாலா, 'வேலைங்கறது நம்ம வாழ்க்கையோட ஒரு பகுதி. ஆனா, எல்லோருமே அதை ஒரு சுமையாதான் நினைக்கறோம், தினமும் காலையில, ஆஃபீஸ் வாசல்லயோ, ஃபேக்டரி வாசல்லயோ நம்மோட ஆர்வமும் உற்சாகமும் தவறி விழுந்துடுது, சாயந்திரம் வீட்டுக்குப் போகும்போதுதான் அதை மறுபடி எடுத்து மாட்டிக்கறோம்.'

இப்போது, வெண்பலகையில் இருந்த 'கடைசி நாள்' வாசகத்தை அழித்துவிட்டு, 'இந்த நாள்' என்று எழுதினான் பாலா, 'ஒவ்வொரு நாளும், நம்ம ஃபேக்டரியில இருக்கிற ஒவ்வொருத்தரும், தங்களோட வேலையை வெறும் கடமையா நினைக்காம, நிஜமாவே உற்சாகத்தோட, ஆர்வத்தோட அதில ஈடுபட்டா, எப்படி இருக்கும்?'

அந்தக் காட்சியைக் கற்பனை செய்வதுபோல், எல்லோரும் சில விநாடிகள் மௌனம் காத்தார்கள். பிறகு, கார்த்திகேயன்தான் முதலில் பேசினார், 'இதில நாம தொழிலாளர்களைமட்டும் குத்தம் சொல்றது சரியில்லை சார்.'

'தயவுசெஞ்சு இந்த சார், மோர்-ல்லாம் வேண்டாம், என்னை பாலா-ன்னே கூப்பிடுங்க', என்றான் பாலா, 'நான் யாரையும் குத்தம் சொல்லலை, நாம எல்லோருமே, வேலையை ஒரு சுமையா நினைக்காம ஈடுபட்டா, நம்ம ஃபேக்டரி இன்னும் பல படிகள் முன்னேறமுடியும், சரியா?'

'ஷ்யூர்', இதுவரை பேசாமல் அமர்ந்திருந்த மனோகரன், முதன்முறையாக வாய் திறந்தார், 'நீங்க சொல்ற கற்பனை நல்லாதான் இருக்கு. ஆனா, அதை யதார்த்தத்தில செயல்படுத்தறது அத்தனை சுலபம்-ன்னு தோணலை', என்றார், 'தொழிலாளர்களைப் பொறுத்தவரைக்கும் ஒரு நாளைக்கு இத்தனை பீஸ் முடிக்கணும்-ங்கறதுதான் நோக்கம், அதையே திரும்பத் திரும்பச் செஞ்சுகிட்டிருக்கிறதில என்ன பெரிய உற்சாகத்தைப் பார்த்துடமுடியும்?'

'நிச்சயமா முடியும்', என்றான் பாலா, 'எறும்புகளைப் பார்த்திருக்கீங்கதானே? நாம வேணாம்-ன்னு தூக்கிப் போட்ட, அல்லது கவனக்குறைவா கீழே சிந்தின சமாசாரங்களையெல்லாம், கனகார்யமா சுமந்துகிட்டு எங்கயோ போய் ஒளிச்சுவைக்குதே, அதுங்க எப்பவாவது ஓய்வு எடுத்துப் பார்த்திருக்கோமா? ஈவினிங் அஞ்சு மணியானதும் வேலை முடிஞ்சுபோச்சு-ன்னு வீட்டுக்குப் போய் மெகா சீரியல் பார்க்குதா எறும்பெல்லாம்? நாள்முழுக்க உழைக்கறதுக்கு, அதுவும் இப்படி ஒரேமாதிரியான அல்பத்தனமான வேலையைத் திரும்பத் திரும்ப செஞ்சுகிட்டிருக்கிறதுக்கு அதுங்களால எப்படி முடியுது?'

'நமக்குதான் சார் அது அல்பத்தனமான வேலை', என்றார் கார்த்திகேயன், 'எறும்புகளைப் பொறுத்தவரை, அதுதான் வாழ்க்கையிலேயே மிக முக்கியமான வேலை, அதைச் செய்யலைன்னா, நமக்குச் சாப்பிட எதுவும் கிடைக்காம போயிடுமோ-ங்கற பயம்தான் அதுங்களை இப்படிச் சுறுசுறுப்பா வெச்சிருக்கு.'

'எக்ஸாக்ட்லி', என்ற பாலா, வெண்பலகையில், '(முக்கியமான வேலை' என்று எழுதினான், 'நாம செய்யறது முக்கியமான வேலை-ன்னு புரிஞ்சுட்டா, அதுக்கப்புறம் அந்த வேலையைச் செய்யறதில சோர்வு வராது. உற்சாகம் தானா வரும்.'

'ஆனா, இங்கே நாம செய்யறதெல்லாம் முக்கியமான வேலையா?', என்றார் மனோகரன், 'எறும்புகளுக்குச் சாப்பாடு

சேகரிக்கறது முக்கியம், அதுவும் நாம வால்வ் செய்யறதும் ஒண்ணாயிடுமா?'

'உலகத்தில எல்லாமே முக்கியமான வேலைதான்', என்று சிரித்தான் பாலா, 'நான் ஏதோ ஒரு கியர் தயாரிக்கறேன்னு நினைக்கறதுக்குப் பதிலா, நான் இதைச் செய்யாட்டி, ஒரு முக்கியமான இயந்திரம் இயங்காம நின்னுபோயிடும், அதனால ஏகப்பட்ட மக்கள் பாதிக்கப்படுவாங்க-ன்னு யோசிச்சுப்பாருங்க, அதோட முக்கியத்துவம் புரியும்.'

'டிவியில ஒரு விளம்பரம் பார்த்திருப்பீங்க, ஒரு கர்ப்பிணிப் பொண்ணு, கையில பால் தம்ளரோட சோஃபாவிலே உட்கார வர்றாங்க, ஆனா அந்த சோஃபாவோட கால் பகுதி லேசா உடைஞ்சிருக்கு', வெண்பலகையில் அந்தக் காட்சியை சுமாரான ஒரு கோட்டோவியமாக வரைந்து காண்பித்தான் பாலா.

'அந்த விளம்பரத்தோட நோக்கம் வேற. ஆனா, நான் ஒரு ஃபர்னிச்சர் தயாரிக்கிறவனா இருந்தா, அந்த விளம்பரம் என்னை ரொம்பவே பயமுறுத்திடும், அதுக்கப்புறம், வெறுமனே மரத்தையும் உலோகத்தையும் வெச்சு ஏதோ செய்யறோம்ன்னு அலட்சியமா இருக்கமாட்டேன், நான் தயாரிக்கிற நாற்காலியையோ, சோஃபாவையோ ஏகப்பட்ட மக்கள் பயன்படுத்தப்போறாங்க, அவங்களுக்கு சவுகர்யம் தரக்கூடிய, அவங்க ஆரோக்கியத்தைப் பாதுகாக்கக்கூடிய ஒரு முக்கியமான வேலையை நான் செஞ்சுகிட்டிருக்கேன்-னு ரொம்ப ரொம்ப கவனமா இருப்பேன்.'

'அந்தமாதிரி, ஒவ்வொரு வேலையும் முக்கியமானதுதான். முக்கியமில்லாத வேலைகள், காலப்போக்கில தானா உதிர்ந்து அழிஞ்சுடும்', என்றான் பாலா, 'நம்ம தொழிலாளர்கள்கிட்டே, நீங்க வெறுமனே இயந்திர பாகங்களைத் தயாரிக்கிறவங்க இல்லை, சமூகத்துக்கு உங்க பங்களிப்பு ரொம்ப முக்கியமானதுன்னு நாம சொல்லித்தரணும்.'

'இதுதான் நீங்க சொன்ன மாற்றமா?', கார்த்திகேயன் குரலில்

லேசான ஏமாற்றம் தெரிந்தது, 'இது என்னவோ சின்னப் பிள்ளைங்களுக்குப் பாடம் நடத்தறமாதிரி இருக்கு.'

'நீங்க நினைக்கிற அளவுக்கு, இது சாதாரணமான விஷயம் இல்லை கார்த்திகேயன்', என்றான் பாலா, 'நாம இன்னும் நிறைய மாற்றங்களை அறிமுகப்படுத்தப்போறோம், ஆனா, அதுக்கெல்லாம் இதுதான் அடித்தளம், வேலைங்கறது வெறுமனே காசு சம்பாதிக்கறதுக்கான ஒரு வாய்ப்பு-ன்னு நினைக்காம, அதை ஒரு முக்கியமான கடமையா, சமுதாயத்துக்கு நம்மோட பங்களிப்பா நினைச்சுச் செய்யறவங்களாலமட்டும்தான், நிறைய சாதிக்கமுடியும்.'

கார்த்திகேயனும் மனோகரனும் புரிந்ததுபோல் தலையாட்டினார்கள். இன்னும் மௌனமாகவே அமர்ந்திருந்த இன்னொருவரிடம், 'நீங்க என்ன நினைக்கறீங்க மிஸ்டர் சுந்தரம்?', என்று விசாரித்தான் பாலா.

'இப்போ, என்னோட முக்கியமான வேலை என்ன-ன்னு யோசிச்சுக்கிட்டிருக்கேன்', என்று புன்னகைத்தார் அவர், 'நம்ம தொழிலாளர்கள் கொஞ்சம் ரெஸ்ட்லெஸா இருக்கறது உண்மைதான், ஆனா, இந்தமாதிரி தத்துவார்த்தமாப் பேசறதெல்லாம் அவங்ககிட்டே எந்த அளவு பலன் கொடுக்கும்ன்னு எனக்குத் தெரியலை.'

'இப்பவே பலனையெல்லாம் எதிர்பார்க்கவேண்டாமே', என்றான் பாலா, 'இதெல்லாம் நான் ஏதோ புதுசா யோசிச்ச விஷயம் இல்லை, சில புத்தகங்கள்-ல படிச்சதுதான், இதைச் செயல்படுத்தி வெற்றியடைஞ்சவங்க நிறைய இருக்காங்க, நாமளும் முயற்சி செஞ்சு பார்ப்போமே!'

'இதை எங்கே எப்படி ஆரம்பிக்கறது?'

'நீங்க மூணு பேருமே, உங்களோட டிபார்ட்மென்ட்கள்ல இதைப்பத்திப் பேசணும், தனியா கூட்டம் அறிவிக்கணும்ன்னெல்லாம் அவசியம் இல்லை, இயல்பா, தொழிலாளர்களோட கலந்து, வாழைப்பழத்தில ஊசி

ஏத்தறமாதிரி இதைச் சொல்லணும், மனோநிலை மாற்றம்ங்கறது சீக்கிரத்தில வந்துடாது, நிறைய பொறுமை வேணும், நிதானமா திரும்பத் திரும்ப சொன்னாதான், அவங்க கொஞ்சமாவது யோசிக்க ஆரம்பிப்பாங்க.'

'சரி, அதுக்கப்புறம்?'

'இப்பவே அவசரப்பட்டா எப்படி? கொஞ்சம் பொறுங்க, ஒவ்வொண்ணா பேசுவோம், செய்வோம்', பாலாவின் சிரிப்பில் குறும்போடு, நிறைய உற்சாகமும் ஆர்வமும் கலந்திருந்தது.

எது முக்கியமான வேலை?

'முக்கியமான வேலை'பற்றியும், அதன்மூலம் நம்மை, நமது ஊழியர்களை ஊக்கப்படுத்துவதுபற்றியும் மேற்கொண்டு அறிவதற்கு ஒரு சுவாரஸ்யமான புத்தகம் இருக்கிறது - மேலாண்மை மற்றும் மனிதவள மேம்பாட்டு நிபுணர்கள் *Ken Blanchard, Sheldon Bowles* இணைந்து எழுதிய *'Gung Ho!'* *(HarperCollins Publishers* வெளியீடு, விலை ரூ *125/-)*

16

‘ரெண்டு பாப்கார்ன்’, என்றபடி ஐம்பது ரூபாய் நோட்டை நீட்டினான் பாலா.

கவுன்டரில் அமர்ந்திருந்த இளம் பெண், மீதி சில்லறையும், இரண்டு பொட்டலங்களில் சூடான சோளப் பொரியும் வழங்கினார். பாலா ஒன்றை முதுகுப் பைக்குள் வீசிவிட்டு, இன்னொன்றைப் பிரித்துக்கொண்டான்.

மிக லேசாகக் காரம், அதைவிட லேசாக வெண்ணெய் தெளித்த பாப் கார்ன், இளஞ்சூட்டில் சாப்பிடுவதற்கு இதமாக இருந்தது. அந்த மாலை நேரத் தென்றலுக்கு இன்னும் மென்மை கூடிவிட்டாற்போல் உணர்ந்தான் அவன்.

அந்த பாப்கார்ன் கடைக்குப் பக்கத்தில், பளபளப்பான கண்ணாடிச் சுவர்களோடு ஒரு சூப்பர் மார்க்கெட் தென்பட்டது. இப்போதுதான் சமீபத்தில் திறந்திருக்கிறார்கள் என்று எண்ணத் தோன்றும்படி புதுப் பொலிவு.

பாலாவுக்கு உடனடியாக வீடு திரும்புகிற உத்தேசம் இல்லை,

அவசரமும் இல்லை. ஆகவே, சிறிது நேரம் உலவலாம் என்று அந்தக் கடையினுள் நுழைந்தான்.

உறுத்தாத குளிர், நல்ல வெளிச்சம். பெரிய கடை என்று சொல்வதற்கில்லை. ஆனால், வழக்கமான 'சூப்பர் மார்க்கெட்'களைவிட, இங்கே ஏதோ புதிதாக இருப்பதுபோல் பாலாவுக்குத் தோன்றியது.

பத்தடி நடப்பதற்குள், அது என்ன என்று கண்டுபிடித்துவிட்டான் அவன் - பொருள்களை நீளநீளமான அலமாரிகளில் அடுக்காமல், சிறிய, நடுத்தர, பெரிய வட்டங்களாக அமைத்திருந்தார்கள். அந்த வட்டங்களின் மத்தியில், கொட்டை எழுத்து விளம்பரங்கள், சலுகை விலைப் பொருள்கள் இடம்பிடித்திருந்தன.

இதன்மூலம், வாடிக்கையாளர்கள் ஒரேமாதிரியான வேலையைத் திரும்பத் திரும்பச் செய்கிறோம் என்று சலிப்பாக உணரமாட்டார்கள், போரடிக்காது, நிறைய சுற்றுவார்கள், நிறைய வாங்குவார்கள்.

இதைப் புரிந்துகொண்டதும், பாலாவுக்குள் புது உற்சாகம் பிறந்து விட்டது. இன்னும் என்னென்ன புதுமைகள் செய்திருக்கிறார்கள் என்று தேடுவதுபோல் அந்தக் கடையை ஆர்வத்தோடு சுற்றிப்பார்த்தான். பொருள்களில் தொடங்கி மனிதர்கள்வரை எல்லோரும் அவனை இதமாக உணரச் செய்தார்கள்.

சிறிது நேரத்துக்குப்பின், பட்டாம்பூச்சி வடிவத்தில் டை அணிந்த ஓர் இளைஞன் அவனை அணுகினான், 'எக்ஸ்க்யூஸ்மீ ஸார், நான் உங்களுக்கு உதவலாமா?'

'ஷ்யூர்', என்றான் பாலா, 'நான் உங்க மேனேஜரைப் பார்க்கணுமே'

'ஏன் ஸார்? எதுனா பிரச்னையா?', அந்த இளைஞனின் குரலில் லேசான பதற்றம் தெரிந்தபோதும், கம்பீரத்தைக் குறைத்துக்கொள்ளவில்லை, 'நான்தான் இங்கே ட்யூட்டி மேனேஜர், எதுவானாலும் நீங்க என்கிட்டே சொல்லலாம்'

'ஹலோ, என் பேர் பாலா', அந்த இளம் மேனேஜரின் கைகுலுக்கலில் உறுதி தெரிந்தது, 'ஐயாம் கௌதம்.'

'மிஸ்டர் கௌதம், உங்க சூப்பர் மார்க்கெட்ல, நிறைய புதுமையான விஷயங்களைக் கவனிச்சேன்', என்றான் பாலா, 'சும்மா உலாத்திட்டுப்போகலாம்-ன்னு உள்ளே வந்த என்னை, கிட்டத்தட்ட ஆயிரம் ரூபாய்க்குப் பொருள் வாங்கவெச்சுட்டீங்க.'

நன்றி சொல்வதுபோல் லேசாகத் தலையைச் சாய்த்து, அந்தப் பாராட்டை ஏற்றுக்கொண்டான் கௌதம், 'நீங்க இப்போதான் முதல் தடவையா இங்கே வர்றீங்களா?'

'ஆமாம்', என்றான் பாலா, 'இந்தக் கடை ஆரம்பிச்சு எவ்ளோ மாசம் இருக்கும்?'

'மாசமா? முழுசா பன்னிரண்டு வருஷமாகுது சார்', என்று சிரித்தான் கௌதம், 'நீங்க இந்த ஊருக்குப் புதுசு-ன்னு நினைக்கறேன்.'

'பன்னிரண்டு வருஷமா?', பாலாவால் தன்னுடைய ஆச்சர்யத்தை மறைத்துக்கொள்ளமுடியவில்லை. வருஷக்கணக்காக இப்படிப் புதுப் பொலிவு காக்கிறார்களா? அது எப்படி சாத்தியம்?

அவனுடைய குழப்பத்தைப் புரிந்துகொண்டதுபோல் புன்னகைத்தான் கௌதம், 'நீங்க என்னோட ஒரு காஃபி சாப்பிடலாமே.'

'அதெல்லாம் வேணாம் மிஸ்டர் கௌதம்', என்றான் பாலா, 'உங்க கஸ்டமர் சர்வீஸ் எனக்கு ரொம்பப் பிடிச்சுப்போச்சு. இனிமே ஒரு குண்டூசி வாங்கணும்-ன்னாலும் நான் இங்கதான் வரப்போறேன், *You Got Me As a Customer For Life*', என்றவன், 'பதிலுக்கு, நீங்க எனக்கு ஒரு சின்ன உதவி செய்யணும்', என்று கொக்கி போட்டான்.

'சொல்லுங்க மிஸ்டர் பாலா', என்றான் கௌதம், 'உங்க திருப்திதான் எங்களுக்கு முக்கியம், என்ன பிரச்னைன்னாலும் நீங்க தயங்காம சொல்லலாம்.'

‘பெரிசா ஒண்ணுமில்லை’, என்ற பாலா, ஒரு சிறு தயக்கத்துக்குப்பிறகு, ‘உங்க கஸ்டமர் சர்வீஸ் ரகசியத்தைக் கொஞ்சம் சொல்வீங்களா?’ என்று ஆவலோடு கேட்டான், ‘கவலைப்படாதீங்க, நான் உங்களுக்குப் போட்டியா இன்னொரு கடை ஆரம்பிக்கப்போறதில்லை, என்னோட தொழில்ல, என்னோட கஸ்டமர்ஸை நான் இதேமாதிரி திருப்திப்படுத்த விரும்பறேன், அவங்களைக் காலத்துக்கும் என்னோட வாடிக்கையாளர்களா வெச்சுக்க விரும்பறேன், அதுக்கு உங்க உதவி தேவை.’

‘ஷ்யூர்’, என்றான் கௌதம், அவர்கள் பேசியபடி மெல்ல நடக்கத் தொடங்கினார்கள், ‘இதில ரகசியம்ன்னு பெரிசா எதுவுமே இல்லை. எங்க முதலாளி, சில வருஷத்துக்கு முன்னாடி, டெக்ஸாஸ் பல்கலைக்கழகத்தோட ஆராய்ச்சிக் கட்டுரை ஒண்ணு படிச்சிருக்கார், அதில ரேடர்-ன்னு ஒரு சுவாரஸ்யமான விஷயம் தென்பட்டிருக்கு, அதை, நாங்க எங்க அளவில செயல்படுத்திப் பார்த்துக்கிட்டிருக்கோம். அவ்ளோதான்.’

‘ரேடார்?’, என்றான் பாலா, ‘அது என்னவோ ஆர்மி சமாசாரம் இல்லையா? அதுக்கும் கஸ்டமர் சர்வீஸுக்கும் என்ன சம்பந்தம்?’

‘ரேடார் *(Radar)* இல்லை சார், ரேடர் *(RATER)*’, என்றான் கௌதம், ‘வாடிக்கையாளர் சேவைக்கு மிக முக்கியமான அஞ்சு விஷயங்களோட தொகுப்பு அது.’

இப்போது அவர்கள் கௌதமின் அறையினுள் நுழைந்திருந்தார்கள். பாலா தனது முதுகுப் பையிலிருந்து ஒரு நோட்டுப் புத்தகம் எடுத்து, *R-A-T-E-R*ன் ஐந்து அம்சங்களையும் கௌதம் சொல்லச் சொல்ல குறித்துக்கொண்டான்.

•

Reliability

•

Assurance

●

Tangibles

●

Empathy

●

Responsiveness

'இந்த அஞ்சுக்கும், சின்னதா சில உதாரணங்கள் சொல்லமுடியுமா?', என்றான் பாலா, 'தப்பா நினைச்சுக்காதீங்க, எனக்கு புத்தி கொஞ்சம் மந்தம், எதையும் உதாரணத்தோட விளக்கிச் சொன்னாதான் புரியும்' என்று சிரித்தான்.

'அது ரொம்ப ஈஸி சார்', பாலாவின் சிரிப்பில் கலந்துகொண்டான் கௌதம், 'முதல்ல, R-ல தொடங்குவோம். Reliabilityன்னா, நம்பகத்தன்மை-ன்னு சொல்வாங்க, ஒரு பொருளை எதிர்பார்த்து எங்க சூப்பர் மார்க்கெட்க்கு வர்றவங்களுக்கு, அந்தப் பொருள் கண்டிப்பாக் கிடைக்கணும், இல்லை-ன்னு கை விரிக்கக்கூடாது, அதுதான் முதல் விஷயம்.'

'அடுத்து, A – Assurance, அதாவது, உறுதி அளிக்கறது, கஸ்டமர் எதிர்பார்க்கிற பொருளைத் தந்தாமட்டும் போதாது, அது சரியான அளவில, சரியான தரத்தில இருக்கும், கெட்டுப்போகாம பயன்படும்-ன்னு உறுதி தரணும்.'

'மூணாவது, T – Tangibles, இதுக்கு அர்த்தம், தொட்டு உணரக்கூடிய விஷயங்கள். கடைக்குள்ள வர்றவங்களுக்கு, அழுக்கில்லாத, சுத்தமான, வெளிச்சமான சூழ்நிலையை உருவாக்கித் தரணும், இங்கே ஷாப்பிங் பண்றதை அவங்க சந்தோஷமான ஓர் அனுபவமா உணரணும்.'

'நாலாவது, E – Empathy, வாடிக்கையாளர்களோட உணர்வுகளைப் புரிஞ்சுக்கறது. இந்தப் பொருள் சரியில்லை, அந்தப் பொருள் விலை ஜாஸ்தி, இது கெட்டுப்போச்சு-ன்னு அவங்க ஏதாவது பிரச்னையோட வரும்போது, அதை அக்கறையோட கேட்கணும்,

அவங்களோட விருப்பு வெறுப்புகளை அவங்க சொல்லாமலே புரிஞ்சுகிட்டு, அதன்படி நடக்கணும்.'

'கடைசி விஷயம்தான் ரொம்ப முக்கியம், *R - Responsiveness*, கஸ்டமர்களோட பிரச்னைகளுக்கு நாம எவ்ளோ சீக்கிரமா, எவ்ளோ முழுமையா பதில் நடவடிக்கை எடுக்கறோம்ங்கறதை அவங்க உன்னிப்பா கவனிக்கறாங்க, வெறுமனே அவங்களோட பிரச்னைகளைக் காது கொடுத்துக் கேட்டாப் போதாது, அவங்க எதிர்பார்க்கிற மாற்று ஏற்பாடுகளை செஞ்சு தரணும், ஒரு பொருள் சரியில்லைன்னா, மாத்தித் தரணும், இல்லைன்னா, வாங்கின காசைத் திருப்பிக் கொடுக்கணும், அடுத்தவாட்டி இப்படி நடக்காது-ன்னு உறுதி சொல்லணும், அதன்படி நடக்கணும்.'

'வெரி வெரி இன்ட்ரஸ்டிங்', என்றான் பாலா, 'இந்த அஞ்சு விஷயமுமே, உங்க தொழிலுக்குமட்டுமானது இல்லை, எல்லோருக்கும் பொருந்தக்கூடிய விஷயங்கள்தான்.'

'கண்டிப்பா, நீங்க எந்தத் தொழில்ல இருக்கீங்க-ங்கறதைப் பொறுத்து, இந்த *R-A-T-E-R* அஞ்சையும் நீங்க உங்களுக்கு ஏத்தபடி மாத்திப் புரிஞ்சுக்கமுடியும்', என்றான் கௌதம், 'எல்லாத் தொழிலுக்கும் கஸ்டமர் பொது, அவங்களை எந்த அளவு சந்தோஷமா, திருப்தியா வெச்சுக்கறோம்-ங்கறதைப் பொறுத்துதான், நம்ம வெற்றியும் தோல்வியும் இருக்கு.'

ரேடர் ரகசியங்கள்

RATER முறையைச் சிபாரிசு செய்தவர் பெயர் டாக்டர் லியனார்ட் பெர்ரி *(Leonard Berry)*. வாடிக்கையாளர்களுடன் நேரடியாகக் கலந்து பழகக்கூடிய எந்தத் தொழிலிலும், அவர்களுடைய திருப்தியை உறுதிசெய்துகொள்ள இந்த ஐந்து விஷயங்களைச் சிறப்பாகப் பயன்படுத்தமுடியும்.

உதாரணமாக, இயந்திர உதிரிப் பாகங்கள் தயாரிக்கும் பாலா, தனது தொழிலில் *RATER* எப்படிப் பயன்படுத்தமுடியும் என்று யோசிக்கலாம்:

- *Reliability* - வாடிக்கையாளர்கள் கேட்கும் உதிரிப்பாகங்களை, அவர்கள் எதிர்பார்க்கும் அளவுகளின்படி, சொன்ன நேரத்தில் தயாரித்து அனுப்புவது.

- *Assurance* - அனுப்பும் உதிரிப் பாகங்களில் குறை இல்லாதபடி தரத்தை உறுதிசெய்வது.

- *Tangibles* - தொழிற்சாலையை, அலுவலகத்தைச் சுத்தமாக, வாடிக்கையாளர்கள் மனம் கவரும்படி 'பளிச்'சென்று வைத்துக்கொள்வது, ஊழியர்களுக்கு நேர்த்தியான சீருடைகள், இன்னபிற...

- *Empathy* - அனுப்பிய உதிரி பாகங்களில் ஏதேனும் பிரச்னை என்று வாடிக்கையாளர்கள் திரும்பிவந்தால், அவர்களுடைய குறையைக் கேட்டுப் பதிவு செய்வது, உரிய நடவடிக்கை எடுக்க உறுதி அளிப்பது.

- *Responsiveness* - பிரச்னைக்கு விரைவில் மாற்று ஏற்பாடுகளைச் செய்து, வாடிக்கையாளர்களின் திருப்தியை உறுதி செய்வது

இப்படியே, நாம் எந்தத் தொழிலில் ஈடுபடுகிறவராக இருந்தாலும், *RATER* முறையில் வாடிக்கையாளர்களைக் கவர முடியும். காலத்துக்கும் நம்முடைய வாடிக்கையாளர்களாகத் தக்கவைத்துக்கொள்ளமுடியும்.

17

‘உங்க வேலை சட்டுன்னு முடியணும்ன்னா, பத்தாயிரம் ரூபாய் எனக்குத் தனியா கொடுத்துடணும் மேடம்.’

ப்ரியாவுக்கு மனசே ஆறவில்லை. எப்படிக் கொஞ்சம்கூட கூச்சமில்லாமல் இதுபோல் நேரடியாகக் கேட்கமுடிகிறது? லஞ்சமாக வாங்கிச் சேர்க்கிற பணம், உடம்பில் ஒட்டுமா? அதைத் தொடும்போதெல்லாம் நெஞ்சு சுடாதோ?

‘கமான் ப்ரியா, உன்னோட சிந்தனையெல்லாம் நாலு நூற்றாண்டு பின்னாலே இருக்கு’, என்றாள் சுமலதா, ‘இப்போல்லாம் பணம் சேர்க்கிறது ஒண்ணுதான் நோக்கம், அது நல்ல வழியா, கெட்ட வழியாங்கறதெல்லாம் ரெண்டாம்பட்சமாயிடுச்சு.’

‘என்னை இப்போ என்ன பண்ணச் சொல்றே சுமி?’

‘அவன் கேட்ட காசைக் கொடுத்துடு, அவ்ளோதான், வேற சாய்ஸே இல்லை’, லேசாகப் புன்னகைத்தபடி சொன்னாள் அவள், ‘வாங்கற சம்பளத்துக்கு விசுவாசமா இல்லாதவங்ககூட, லஞ்சம் கொடுத்தவங்களுக்கு உண்மையா இருப்பாங்க, நீ

வேணும்ன்னா பாரேன், கச்சிதமா வேலையை ரெண்டே நாள்ல முடிச்சுக் கொடுத்துடுவான் அவன்.'

சுமி சுலபமாகச் சொல்லிவிட்டுப் போய்விட்டாள். ஆனால் ப்ரியாவுக்குதான், இந்த விஷயத்தை எப்படி மேலிடத்தில் சொல்வது என்று தெரியவில்லை.

பெரிய கம்பெனி, ஆர்டரும் பெரியதுதான். அதுமட்டும் கிடைத்துவிட்டால், வருடத்துக்குப் பல லட்ச ரூபாய் லாபம் நிச்சயம். அதோடு ஒப்பிடுகையில் பத்தாயிரம் ரூபாய் லஞ்சம் என்பது பெரிய விஷயம் இல்லைதான்.

ஆனால் அதற்காக, இன்னாருக்கு இவ்வளவு லஞ்சம் தரவேண்டும் என்று எப்படி இன்னொருவரிடம் போய்ச் சொல்லமுடியும்? என்னைத் தப்பாக நினைக்கமாட்டார்களா? இந்த அசிங்கத்தைப்போய் எந்தக் கணக்கில் எழுதுவார்கள்?

'நீ இந்த வேலைக்குப் புதுசு ப்ரியா, அதான் இப்படிக் கண்டபடி யோசிக்கறே', என்றாள் சுமி, 'இதெல்லாம் பிஸினஸ்ல சர்வ சாதாரணம், நீ விஷயத்தைச் சொல்லிட்டா போதும், எந்தக் கணக்கை எப்படி எழுதணும்-ங்கறதையெல்லாம் அவங்க பார்த்துப்பாங்க, நம்ம வருஷாந்திர பட்ஜெட்ல இந்தமாதிரி சமாசாரங்களுக்காக 'மற்ற செலவுகள்'ன்னு தனி ஒதுக்கீடே உண்டு.'

எதையாவது சொல்லிவிட்டு, கடைசியில் கண்ணடிப்பவர்களை ப்ரியாவால் எப்போதும் நம்பமுடிந்ததில்லை. சுமி நிஜமாகத்தான் சொல்கிறார்களா, அல்லது வேண்டுமென்றே தன்னை மாட்டிவிடப்பார்க்கிறாளா என்று அவளால் உறுதியாக முடிவெடுக்கமுடியவில்லை.

'நான் உங்களுக்கு ஹெல்ப் பண்ணலாமா மிஸ்?', குரல் கேட்டு நிமிர்ந்த ப்ரியா, திடுக்கென்று எழுந்துகொண்டாள். புது முதலாளி. என்றைக்கோ ஊழியர் பொது மீட்டிங்கில் வெகுதூரத்திலிருந்து பார்த்தது. இப்போது நேரில், அருகில் இன்னும் வசீகரமாகத் தெரிந்தான். ம்ஹூம், தெரிந்தார்.

‘உட்காருங்க ப்ளீஸ், மரியாதையெல்லாம் மனசில இருந்தாப் போதும்’, என்றான் பாலா, ‘எதேச்சையா இந்தப் பக்கம் வந்தேன், நீங்க பேசிக்கிட்டிருந்தது காதில விழுந்தது, ஒட்டுக்கேட்டதுக்கு ஸாரி’, என்று சிரித்தான்.

‘ஸாரி ஸார், நத்திங் சீரியஸ்’ என்று பேச முயன்றாள் சுமலதா, அவளுடைய சமாதானத்தைப் பாதியில் வெட்டி, ‘இதையெல்லாம் நாம சீரியஸா நினைக்கறதில்லைங்கறதுதாங்க உண்மையிலேயே சீரியஸான விஷயம்’, என்றான் பாலா.

சுமி சட்டென்று தலையைக் குனிந்துகொண்டாள். அவளுடைய மூக்கு உடைபட்டது ப்ரியாவுக்கு மிகத் திருப்தியாக இருந்தது.

‘இப்போ உங்களுக்கு என்ன பிரச்னை?’, என்றான் பாலா, ‘இந்த ஆர்டர் வேணும்ன்னா லஞ்சம் கொடுக்கணும், அது சரியா, தப்பா-ன்னு முடிவெடுக்கமுடியலை, ரைட்?’

‘ஆமாம் சார்’, என்றாள் ப்ரியா, ‘எல்லாரும் இதில தப்பில்லைங்கறாங்க, பத்தாயிரம் ரூபாய் கம்பெனி காசுதான், லாபமும் கம்பெனிக்குதான். இதில என்னோட நேரடி சம்பந்தம்ன்னு எதுவுமே இல்லை. ஆனாலும், மனசு குறுகுறுப்பா இருக்கு.’

‘இந்தமாதிரி சமயத்தில முடிவெடுக்கறதுக்கு, ஒரு சின்ன டெக்னிக் இருக்கு’, என்றான் பாலா, அவள் அருகில் இருந்த காலி நாற்காலியை இழுத்துப் போட்டுக்கொண்டு உட்கார்ந்தவன், ‘நீங்களும் உட்காருங்க, ப்ளீஸ்’, என்றான்.

‘பரவாயில்லை சார்’, என்றாள் ப்ரியா.

‘வாத்தியார் நிக்கணும், ஸ்டூடன்ட் உட்காரணும், இப்ப நீங்க வாத்தியாரா, நான் வாத்தியாரா?’, என்று அவன் கேட்டதற்கு, சட்டென்று சிரித்துவிட்டாள் அவள். சற்றே தயக்கத்துடன் அமர்ந்தாள்.

மேஜைமேலிருந்த ஒரு வெள்ளைத் தாளை எடுத்துக்கொண்டான்

பாலா, 'இந்த மெத்தட்க்கு PMI-ன்னு பேரு', என்றபடி அந்தத் தாளின் மத்தியில், இரு கோடுகள் வரைந்து, அதை மூன்று பகுதிகளாகப் பிரித்துக்கொண்டான், 'PMI-ன்னா, ப்ளஸ் (Plus), மைனஸ் (Minus), இன்ட்ரஸ்டிங் (Interesting)'

காகிதத்தின் இடது ஓரத்தில், 'ப்ளஸ்' என்று எழுதி அடிக்கோடிட்டான், 'ப்ளஸ்-ன்னா, இப்போ நீங்க எடுத்திருக்கிற முடிவில என்னென்ன ப்ளஸ் பாயின்ட்ஸ்ன்னு எழுதணும், அதாவது, இந்த ஆளுக்கு லஞ்சம் தரலாம்-ன்னு நீங்க முடிவெடுத்தா, அதனால என்னென்ன நன்மைகள் நடக்கக்கூடும்-ன்னு லிஸ்ட் போட்டு, அது ஒவ்வொண்ணுக்கும் ஸ்கோர் போடணும்.'

'ஸ்கோர்ன்னா?', ப்ரியாவுக்கும் இப்போது லேசாக ஆர்வம் தட்டியிருந்தது, 'அந்த நன்மை நமக்கு எந்த அளவு முக்கியமானது-ன்னு மார்க் போடறோம், இல்லையா?'

'எக்ஸாக்ட்லி', என்றான் பாலா, 'சில நன்மைகள் ரொம்ப முக்கியமா இருக்கும், அதுக்கு 10 ஸ்கோர் தரலாம், சிலது சாதாரண நன்மைகளா இருக்கலாம், அதுக்கெல்லாம் 1 அல்லது 2 ஸ்கோர் கொடுத்தாப் போதும். இதை ஒழுங்கா லிஸ்ட் போட்டு எழுதிவெச்சுக்கறது முக்கியம்.'

'சரி, இப்போ இந்த ஆளுக்கு அவன் கேட்கிற லஞ்சத்தைக் கொடுத்துத் தொலைச்சுடறோம்-ன்னு வெச்சுக்கலாம். அதில என்னென்ன ப்ளஸ்?'

'இந்த ஆர்டர் நமக்கே கிடைக்கும், அதுவும் உடனடியா', என்றாள் ப்ரியா, 'அதுக்கு ஸ்கோர் 10.'

'அடுத்து, லஞ்சம் வாங்கினவன் நமக்கே விசுவாசமா இருப்பான், நாளைக்கே இன்னொரு ஆர்டர் வந்தா, நம்மைதான் முதல்ல கூப்பிடுவான்', என்றான் பாலா, 'அதுக்கு ஒரு 5 ஸ்கோர் தரலாமா?'

இப்படியே கொஞ்சம்கொஞ்சமாக யோசித்து, அவர்கள் ஐந்து

‘ப்ளஸ்’கள் எழுதினார்கள். அவற்றின் மொத்த மதிப்பெண் 40 வந்தது.

‘அடுத்து மைனஸ்’, என்றபடி காகிதத்தின் மையப் பகுதிக்குச் சென்றான் பாலா, ‘இந்த ஆளுக்கு லஞ்சம் கொடுக்கறதால என்ன தீமைகள்? அதுக்கு என்ன ஸ்கோர்?’

‘முதல்ல, லஞ்சம் கொடுக்கறது சட்டப்படி தப்பு, மைனஸ் பத்து ஸ்கோர்’, என்றாள் ப்ரியா, ‘அடுத்து, இப்போ பத்தாயிரம் கேட்கிற இவன், நாளைக்கு இருபதாயிரம், முப்பதாயிரம்ன்னு அதிகம் எதிர்பார்ப்பான், அதுக்கு ஒரு மைனஸ் ஆறு ஸ்கோர் தரலாம்.’

‘விஷயத்தை சூப்பராப் புரிஞ்சுகிட்டீங்க’, என்று உற்சாகப்படுத்தினான் பாலா, ‘மேலே போங்க.’

மைனஸ் பட்டியல் நீளமாகிக்கொண்டே போனது, கடைசியில் கூட்டிப் பார்க்கும்போது, மைனஸ் ஸ்கோர் அறுபத்தைந்தைத் தாண்டியிருந்தது.

‘கடைசியா மிச்சமிருக்கிறது, இன்டரஸ்டிங்’, என்றபடி காகிதத்தின் வலது ஓரத்துக்குச் சென்றான் பாலா, ‘இங்கே, வருங்கால ஊகங்களை எழுதணும், அது ப்ளஸ்ஸாவும் இருக்கலாம், மைனஸாவும் இருக்கலாம்.’

‘புரியலை’, என்றாள் ப்ரியா, ‘ஊகம்ன்னா? இந்த லஞ்ச விஷயம் வெளியே தெரிஞ்சு, என்னோட வேலை போயிடலாம்ங்கற மாதிரி சொல்றீங்களா?’

‘அதுவும் ஊகம்தான். கெட்ட ஊகம். இதேமாதிரி நல்ல ஊகங்களும் உண்டு’, என்றான் பாலா, ‘நீங்க இப்போ லஞ்சம் கொடுத்ததால, இந்த ஆர்டர் உடனடியாக் கிடைச்சு கம்பெனிக்கு நிறைய லாபம் வரலாம். அதனால உங்களுக்கு போனஸ் கிடைக்கலாம்.’

‘அப்படி ஒரு போனஸ் எனக்கு வேண்டாம்’ ப்ரியாவின் குரலில் கோபம் தென்பட்டது.

'ரிலாக்ஸ் மேடம், அதுவும் ஒரு ஊகம்தானே, அதுக்காகச் சொன்னேன்', என்று சிரித்தான் பாலா. அடுத்து அவர்கள் 'இன்டரஸ்டிங்' விஷயங்களை ஒவ்வொன்றாக எழுதி ஸ்கோர் போடத் தொடங்கினார்கள் - நல்ல ஊகங்களுக்கு ப்ளஸ், கெட்ட ஊகங்களுக்கு மைனஸ். மொத்தமாகக் கூட்டிப் பார்த்தபோது, மைனஸ் 12 வந்தது.

கடைசியாக மூன்று பகுதிகளின் ஸ்கோர்களையும் ஒன்றன்கீழ் ஒன்றாக எழுதிக் கூட்டினான் பாலா, 'ப்ளஸ் (+40), மைனஸ் (-65), இன்ட்ரஸ்டிங் (-12), ஸோ, நம்மோட மொத்த ஸ்கோர், 40 - 65 - 12 = மைனஸ் முப்பத்தேழு'

'இதனால் சகலமானவர்களுக்கும் தெரிவிக்கப்படுவது என்னவென்றால், இந்த ஆளுக்கு லஞ்சம் கொடுப்பதால் ப்ளஸ்ஸைவிட, மைனஸ்தான் அதிகம்', நாடகத்தனமான குரலில் அறிவித்தான் பாலா, 'அவ்ளோதாங்க PMI'

'ரொம்ப தேங்க்ஸ் ஸார்', என்றாள் ப்ரியா, 'இந்த PMI ஆஃபீஸ்க்கு மட்டுமில்லாம, எல்லா விஷயத்திலும் முடிவெடுக்கப் பயன்படும்போலத் தோணுது.'

'கண்டிப்பா', என்றான் பாலா, 'நீங்களே நாளைக்கு யாரையாச்சும் ஹயர் பண்ணணும்முன்னு நினைச்சா, அது சரியா தப்பான்னுகூட PMI போட்டுப் பார்த்து முடிவெடுக்கலாம்', அவன் குறும்புப் புன்னகையோடு சொன்னபோது, ப்ரியாவின் மனத்துள், ஒரு ப்ளஸ் பத்து விழுந்தது.

PMI

P(lus) M(inus) I(nteresting) என்ற இந்தப் பிரபலமான *Decision Making* முறையைக் கண்டுபிடித்தவர் மேலாண்மை நிபுணர், சிந்தனையாளர், எழுத்தாளர் எட்வர்ட் டி பொனோ (*Edward deBono*). பல பெருநிறுவனங்களில் பரவலாகப் பயன்படுத்தப்படுகிற இந்த PMI, முடிவெடுத்தலை எளிமையாக்கவும், ஒரு முடிவுபற்றிப் பல கோணங்களில் சிந்திக்கவும் உதவுகிறது.

இந்த உத்தியை, பிஸினஸ் விஷயங்களுக்குமட்டுமின்றி, தனிப்பட்ட முடிவுகளை (உதாரணம்: இந்த ஆளுக்குக் கடன் கொடுக்கலாமா, வேண்டாமா?) எடுக்கவும் பயன்படுத்தலாம். *P-M-I* விஷயங்களைத் தனித்தனியே பட்டியலிட்டபிறகு, இந்த மூன்றின் மொத்த ஸ்கோரைக் கூட்டிப்பார்த்து, ப்ளஸ் வந்தால் அந்த முடிவு சரியானது எனவும், மைனஸ் வந்தால் தவறானது எனவும் தீர்மானிக்கலாம்.

சில சமயங்களில், ஒரே பிரச்னைக்கு ஒன்றுக்கு மேற்பட்ட முடிவுகள் இருப்பதாகத் தோன்றினால், அவை ஒவ்வொன்றுக்கும் தனித்தனியே *PMI* கணக்குப் போட்டுப்பார்ப்பது நல்லது. அவற்றுள் எதில் அதிக ஸ்கோர் வருகிறதோ, அதுவே நல்ல முடிவாக அமையச் சாத்தியங்கள் அதிகம்.

18

‘சிலந்திக்கும், நட்சத்திர மீனுக்கும் என்ன வித்தியாசம்?’, என்று தொடங்கினான் பாலா.

அங்கிருந்தவர்கள் எல்லோரும், இது என்னடா அவஸ்தை என்று ஒருவரை ஒருவர் பார்த்துக்கொள்ளத் தொடங்கினார்கள். லேசான சலசலப்புகள் எழுந்ததேதவிர, யாரும் பாலாவின் கேள்விக்கு பதில் சொல்ல முன்வரவில்லை.

திங்கள்கிழமை காலையில் ஆஃபீஸிலும் ஃபாக்டரியிலும் ஏகப்பட்ட வேலைகள் காத்திருக்கின்றன. இதற்கு நடுவே ஜுவாலஜி பாடம் படிக்கத்தானா நேரம் இருக்கிறது? சிலந்தியும் நட்சத்திர மீனும் நாசமாகப் போகட்டும், ஆளை விடுங்கள் ஸ்வாமி!

அவர்களுடைய மனத்தினுள் ஓடும் சிந்தனைகளைப் படித்தவன்போல், லேசாகச் சிரித்தான் பாலா. வெண்பலகையில் குத்துமதிப்பாக ஒரு நட்சத்திர மீன் வரைந்தான், அதற்கு நடுவே பெரிதாக ஒரு கோடு கிழித்துவிட்டு, ‘நட்சத்திர மீனை நீங்க எங்கே வெட்டினாலும், அது சாகாது, ரெண்டு நட்சத்திர மீனா மாறிடும்’, என்றான்.

எல்லோரும் அவனையே ஆச்சர்யத்தோடு பார்த்துக் கொண்டிருந்தார்கள். வெட்டினால் சாகாதா? இது என்ன வினோதம்? மனிதர்களுக்கும் இப்படி அமைந்துவிட்டால் எவ்வளவு உயிர்ச் சேதங்களைத் தவிர்க்கலாம்!

‘ஒரு நட்சத்திர மீனை ரெண்டா வெட்டினா, அந்த ரெண்டு துண்டுகளும் ரெண்டு தனித்தனி நட்சத்திர மீன்களா வளர்ந்துடும்’, என்றான் பாலா, ‘அதே மீனை, நாம எட்டு துண்டா வெட்டி வீசினாக்கூட, எந்தப் பிரச்னையும் இல்லை, எட்டு மீன்கள் கிடைக்கும்.’

நட்சத்திர மீனின் ஓவியத்துக்கு அருகே, எட்டுக்கால் பூச்சிபோல் குத்துமதிப்பாக ஒரு சிலந்தி வரைந்தான் பாலா, ‘ஆனா, சிலந்தி அப்படி இல்லை, ஒரே அடி, உயிர் போயிடும், அதுக்கப்புறம் அதனால எந்தப் பிரயோஜனமும் இல்லை.’

அவன் பேசப்பேச, எல்லோரும் நாற்காலியில் நெளியத் தொடங்கியிருந்தார்கள். புது முதலாளி எதற்காக இப்படிக் குத்துகிறேன், வெட்டுகிறான் என்று கொலைவெறியோடு பேசிக்கொண்டிருக்கிறார் என்பது யாருக்கும் புரியவில்லை.

சிறிது நேரத்துக்குப்பிறகு, அந்தப் புதிரை பாலாவே அவிழ்த்தான், ‘நம்ம கம்பெனி, நட்சத்திர மீனா, இல்லை சிலந்தியா?’

வழக்கம்போல், இந்தக் கேள்விக்கும் யாரும் பதில் சொல்லவில்லை. கையைக் கட்டிக்கொண்டு, பாலா தொடர்ந்து பேசுவதற்காகக் காத்துக்கொண்டிருந்தார்கள்.

‘ஒரு கம்பெனி, நட்சத்திர மீனா இருக்கு-ன்னா, அதுக்கு என்ன அர்த்தம்? அந்த கம்பெனியை எப்படி உடைச்சுப் போட்டாலும், அந்த ஒவ்வொரு துண்டும் தனித்தனியே செயல்பட்டு ஜெயிக்கும். இல்லையா?’

இப்போது சில தலைகள் புரிந்த பாவனையில் ஆடத் தொடங்கியிருந்தன, ‘அதே கம்பெனி சிலந்தியா இருந்துட்டா? ஒரு சின்ன அதிர்ச்சியைக்கூட தாங்கமுடியாம, மொத்தக்

கம்பெனியும் படுத்துடும்', என்றான் பாலா, 'இப்போ சொல்லுங்க, நாம நட்சத்திர மீனா இருக்கோமா? அல்லது, சிலந்தியா இருக்கோமா?'

சிறிது நேர மௌனத்துக்குப்பிறகு, பெருமூச்சுடன் தனது பேச்சைத் தொடர்ந்தான் பாலா, 'இத்தனை நாளா, இந்த ஃபேக்டரி ஒரு பெரிய சிலந்தியாதான் செயல்பட்டிருக்கு. அதனாலதான், இங்கே ஏகப்பட்ட பிரச்னைகள், எல்லாத் தலைவலிகளையும் ஒரே ஒருத்தர் சுமக்கவேண்டியிருந்தது. அவரும் மனுஷர்தானே? அவர் தளர்ந்ததும், மொத்தக் கம்பெனியும் தடுமாறி விழற நிலைமை.'

இப்போது எல்லோருடைய நினைவிலும் ராகவேந்தர் வந்துபோனார். அவரைப்போல ஒரு கம்பீரமான மனிதரைப் பார்க்கமுடியாது. ஆனால், எல்லாப் பொறுப்புகளையும் அவர் ஒருவரே தோளில் தாங்கிச் சுமந்துகொண்டிருந்தது சரிதானா?

'சரியில்லை' என்றான் பாலா, 'எந்த நிறுவனமும் தனிநபர்களை நம்பி இருக்கக்கூடாது. அவர் முதலாளியா இருந்தாலும் சரி, தொழிலாளியா இருந்தாலும் சரி, அவரை எடுத்துட்டா எல்லாம் சரிஞ்சு விழுந்துடறதுக்கு இது என்ன சீட்டுக்கட்டு மாளிகையா? இந்த கம்பெனியை நம்பி நூத்துக்கணக்கான குடும்பங்கள் இருக்கே, நாம அப்படி அலட்சியமா இருக்கலாமா?'

வெண்பலகையில் வரையப்பட்டிருந்த சிலந்திமீது பெருக்கல் குறிபோல் கோடுகள் வரைந்தான் பாலா, 'இனிமே நமக்கு சிலந்தி மனோபாவம் வேண்டாம், நான் இந்தக் கம்பெனியை நட்சத்திர மீன்போல வளர்க்க நினைக்கறேன், ஒரு முதலாளி, ஒரு தலைவர், ஒரு வழிகாட்டி-ன்னு நம்மை நாமே சுருக்கிக்கவேண்டாம், நட்சத்திர மீன்மாதிரி பல துண்டா உடைச்சாலும், ஒவ்வொண்ணும் தனித்தனியா ஜெயிக்கிற அளவுக்கு நாம வளர்ந்தாகணும்.'

'இந்த ஆள் அடிக்கடி காலேஜ் ப்ரொஃபஸர் மாதிரி நீளமா லெக்சர் எடுக்க ஆரம்பிச்சுடறார்', என்று தனக்குள்

முணுமுணுத்துக்கொண்டார் கார்த்திகேயன். பிறகு வலது கையை உயர்த்தி, 'நீங்க சொல்றதெல்லாம் சரிதான், ஆனா, அதுக்காக நாங்க என்ன செய்யணும்-ன்னு புரியலை', என்றார் சத்தமாக.

'முதல்ல, இப்படி நீங்க, நாங்க-ன்னு பிரிச்சுப் பேசறதை நிறுத்தணும்', என்றான் பாலா, 'மேனேஜ்மென்ட்ங்கறது தனி உலகம், நமக்கும் அதுக்கும் சம்பந்தம் இல்லைன்னு யாரும் நினைக்கக்கூடாது, ஒவ்வொருத்தரும், தங்களைச் சுற்றியிருக்கிற விஷயங்களைத் தாங்களே மேனேஜ் பண்ணிக்கக்கூடிய அளவுக்கு வளரணும்.'

'அதனால குழப்பம் வராதா? உன்னோட அதிகார எல்லை எது, என்னோட அதிகாரம் எதுன்னு மக்கள் சண்டை போட்டுக்கமாட்டாங்களா?'

'மிஸ்டர் கார்த்திகேயன், அதிகாரம் இப்படிச் சில தனிநபர்கள் கையில இருக்கிறதே ரொம்பத் தப்பு', என்று சிரித்தான் பாலா, 'அதைப் பிரிச்சு, குழுக்கள் கையிலே கொடுத்துடப்போறோம்.'

இப்போது ப்ரியா கை உயர்த்தினாள், 'ஏற்கெனவே நம்ம கம்பெனி தனித்தனி டிபார்ட்மென்ட்களாப் பிரிஞ்சுதானே இருக்கு? அதைத்தான் குழுக்கள்-ன்னு சொல்றீங்களா?'

'கிட்டத்தட்ட அப்படித்தான்', என்றான் பாலா, 'நம்ம ஃபேக்டரியில, ஆஃபீஸ்ல ஏகப்பட்ட டிபார்ட்மென்ட்கள் இருக்கேதவிர, அவங்க யாரும் அதிகாரத்தைக் கையில எடுத்துக்கறதில்லை, எந்தப் பிரச்னைன்னாலும், என் தலையிலதான் கொண்டுவந்து கொட்டறாங்க.'

'இப்போ, உற்பத்திக்குத் தேவையான ஒரு மெடீரியல் வரலை, அது ஒரு பிரச்னை, காசு கொடுக்கவேண்டிய கஸ்டமர் ஏதோ சாக்குச் சொல்லி தட்டிக்கழிக்கறான், இது இன்னொரு பிரச்னை, இந்த ரெண்டுக்கும், ஒரே ஒரு ஆள் தீர்வு சொல்லணும்ன்னா அது எப்படி முடியும்? இங்கேதான் நாம சிலந்தி நிறுவனமா இருக்கோம்.'

'இதை மாத்தணும்ன்னா என்ன செய்யலாம்?', கார்த்திகேயன் மிகுந்த ஆர்வத்தோடு கேட்டார், 'ஒவ்வொரு டிபார்ட்மெண்ட்க்கும் தனித்தனியா ஒரு தலைவரை நியமிக்கணுமா?'

'தலைவர் இல்லை, தலைவர்கள்', என்று திருத்தினான் பாலா, 'அதைத்தான் குழுக்கள்-ன்னு சொன்னேன், நம்மோட ஒவ்வொரு டிபார்ட்மெண்ட்லயும் இருந்தும், விஷயம் தெரிஞ்ச மூணு அல்லது நாலு பேரைத் தேர்ந்தெடுத்து, அவங்ககிட்டே மொத்த அதிகாரங்களையும் ஒப்படைச்சுடப்போறோம்.'

'மொத்த அதிகாரம்ன்னா? அவங்க என்ன முடிவு வேணும்ன்னாலும் எடுக்கலாமா?'

'ஆமாம்', என்றான் பாலா, 'அந்த டிபார்ட்மெண்ட்முழுக்க அவங்களோட பொறுப்பு, அது நல்லபடி இயங்கறதுக்கு, அவங்க என்ன வேணும்ன்னாலும் செய்யலாம், பிரச்னைகள் வந்தா, அவங்களே யோசிச்சு முடிவெடுக்கலாம், அதில நானோ, வேற யாரோ நிச்சயமாத் தலையிடமாட்டோம், முழுச் சுதந்தரம் உண்டு.'

'அது ரொம்ப ஆபத்து சார்', என்றார்கள் யாரோ, 'அவங்கபாட்டுக்கு எதையாவது செஞ்சுவெச்சு, அது கம்பெனிக்கு நஷ்டமா வந்து முடியும்.'

'தயவுசெஞ்சு அவங்க-ன்னு பிரிச்சுப் பேசாதீங்க', பாலாவின் குரலில் லேசான பொறுமையின்மை தெரிந்தது, 'இங்கே யாரும் 'அவங்க' இல்லை, எல்லாமே 'நாம'தான். நாமே, நம்மமேல சந்தேகப்படக்கூடாது. நம்மால நல்ல முடிவுகளை எடுக்கமுடியும்ன்னு நம்பணும்.'

வெண்பலகையில், '*Monday*' என்று எழுதி அடிக்கோடு போட்டான் பாலா, 'இனிமே ஒவ்வொரு திங்கள்கிழமையும், நம்மோட இந்த டிபார்ட்மெண்ட் குழுக்கள் தனித்தனியே சந்திச்சுப் பேசணும், அவங்க சம்பந்தப்பட்ட விஷயங்கள் எல்லாத்துக்கும், அவங்களேதான் முடிவெடுக்கணும், வேற யாரும் உதவிக்கு வர மாட்டாங்க, வரத் தேவையில்லை.'

'ஒருவேளை, இந்தக் குழுக்களால ஏதாவது ஒரு பிரச்னையைத் தீர்க்கமுடியலைன்னா?'

'அதுக்கு, நாம இன்னொரு உயர்மட்டக் குழு அமைச்சுக்கலாம்', என்றான் பாலா, 'சட்டமன்றம், பாராளுமன்றம்-ன்னு இருக்கறமாதிரிதான். ஒவ்வொரு செவ்வாய்க்கிழமையும், டிபார்ட்மென்ட் குழுக்களால தீர்க்கமுடியாத, அல்லது அவங்க எல்லைக்கு அப்பாற்பட்ட விஷயங்கள்லமட்டும், இந்த உயர்மட்டக் குழு பேசி முடிவெடுக்கும்.'

'கொஞ்சம்கொஞ்சமா, திங்கள்கிழமை கூட்டங்களுக்கு முக்கியத்துவம் அதிகரிக்கணும், செவ்வாய்க்கிழமை கூட்டங்களுக்கு அவசியமே இல்லாத நிலைமை வரணும்', பாலாவின் கண்களில் பரவசம் தெறித்தது.

'இப்படித் தனித்தனிக் குழுக்கள்மூலம், அந்தந்த டிபார்ட்மென்ட் பிரச்னைகளை அவங்களே தீர்த்துக்கப் பழகினா, யாரும் யாரையும் நம்பியிருக்கவேண்டியதில்லை', என்ற பாலா, நட்சத்திர மீனைச் சுற்றி ஒரு வட்டம் வரைந்தான், 'அதுக்கப்புறம், நாம இன்னும் சிறப்பாச் செயல்படமுடியும், நம்மோட ஒவ்வொரு குழுவும், தனித்தனியா ஜெயிக்கமுடியும், நட்சத்திர மீன்போல!'

சிலந்திகள் வேண்டாம்.

நட்சத்திர மீன் - சிலந்தி ஒப்பீட்டைக் கொண்டு, நிறுவனங்களின் செயல்பாடுகளை அலசும் சுவாரஸ்யமான நூல், ஓரி ப்ரஃப்மன் *(Ori Brafman)* மற்றும் ராட் பெக்ஸ்ட்ராம் *(Rod Beckstrom)* எழுதிய, *'The Starfish and the Spider'*

ஒரே ஒரு தலைவரை வைத்துக்கொண்டு செயல்படும் நிறுவனங்களைவிட, நட்சத்திர மீன்போல் தனித்தனியே செயல்படக்கூடிய 'குழு'க்களைக் கொண்டவைதான் விரைவாக வளர்ச்சியடையமுடியும் என்று நிறுவுகிறது இந்தப் புத்தகம். உலகமெங்கும், இந்தக் கொள்கையின் அடிப்படையில் பல நிறுவனங்களின் கட்டமைப்புகள் தனித்து இயங்கும்வகையில் மாற்றியமைக்கப்பட்டுக் கொண்டிருக்கின்றன.

19

‘மிஸ் ப்ரியா, பிஸியா?’, உள் தொலைபேசியில் ஒலித்த பாலாவின் குரலில் சற்றே அவசரம் தென்பட்டது.

இந்தக் கேள்விக்கு என்ன பதில் சொல்வது? மேலதிகாரியிடம் ‘ஆமாம், நான் பிஸிதான்’ என்று சொல்வது முறையாக இருக்காது. அதேசமயம், ‘இல்லை’ என்று பதில் சொன்னால், வெட்டியாக உட்கார்ந்துகொண்டிருக்கிறோம் என்று அவரிடமே ஒப்புக்கொண்டதாகிவிடும்.

ப்ரியா குழப்பத்தோடு யோசித்துக்கொண்டிருக்கையில் அவனே தொடர்ந்து பேசினான், ‘எனக்குக் கொஞ்சம் அவசரமா சில ஃபைல்ஸ் தேவைப்படுது, தேடி எடுத்துக் கொண்டுவரமுடியுமா?’

‘சொல்லுங்க ஸார்’, என்றாள் ப்ரியா, ‘எந்தெந்த கஸ்டமர்ஸ் சம்பந்தப்பட்ட ஃபைலஸ் வேணும்ன்னு ஒரு லிஸ்ட் கொடுத்துட்டீங்கன்னா வசதியா இருக்கும்.’

‘ஷ்யூர்’, என்றவன் மளமளவென்று சில பெயர்களைப் பட்டியலிடத் தொடங்கினான். அத்தனையும் முக்கியமான வாடிக்கையாளர்களின் பெயர்கள்.

ஆகவே, ப்ரியா அந்த ஃபைல்களைத் தேடியெடுப்பது சிரமமாக இல்லை. மொத்தத்தையும் சேகரித்துக்கொண்டு அவள் பாலாவின் அலுவலகத்துக்குச் சென்றபோது, அவன் டை முடிச்சைச் சரிபார்த்தபடி வெளியே கிளம்பத் தயாராக இருந்தான்.

ஃபைல்களை அவன் மேஜையில் வைத்துவிட்டுக் கொஞ்சம் தயங்கி நின்றாள் ப்ரியா, 'சார், ஒரு சின்னக் கேள்வி.'

'இந்த சார் வேணான்னு நான் எத்தனைவாட்டி சொல்றது?', வசீகரமாகப் புன்னகைத்தான் அவன், 'பாலா-ன்னு கூப்பிடுங்க, உங்களைவிட நான் அப்படியொண்ணும் பெரியவன் இல்லை'

'ஷ்யூர் ஸார்', என்று சொல்லிவிட்டு நாக்கைக் கடித்துக்கொண்டாள் ப்ரியா, 'வெளியே கிளம்பிக்கிட்டிருக்கீங்களா?'

'ஆமாம்', என்றான் பாலா, 'இந்த கஸ்டமர்ஸையெல்லாம் மீட் பண்ணப்போறேன், அடுத்த நாலு நாளைக்கு இதான் என்னோட வேலை.'

சற்றே தயங்கிவிட்டு, 'எனி ப்ராப்ளம் சார்?', என்றாள் ப்ரியா, 'ஏன் கேட்கறேன்னா, இவங்க எல்லாமே நம்மோட முக்கிய கஸ்டமர்ஸ், நீங்களே அவங்களை நேர்ல சந்திச்சுப் பேசறீங்கன்னா அதுக்கு ஏதாவது ஒரு பெரிய காரணம் இருக்கணும்.'

'பிரச்னை இருந்தாமட்டும்தான் கஸ்டமர்ஸைச் சந்திக்கணும்ங்கறது போன தலைமுறைச் சிந்தனை ப்ரியா', என்று சிரித்தான் பாலா, 'ஆனா, உங்க கேள்வி எனக்குப் பிடிச்சிருக்கு, பட் இப்போ பதில் சொல்ல நேரம் இல்லை', சில விநாடிகள் யோசித்துவிட்டு, 'ஒரு வேலை பண்ணுங்க, நீங்களும் என்னோட வாங்க, கார்ல போகும்போது விரிவாப் பேசுவோம்.'

'தேங்க்யூ சார்', என்றாள் ப்ரியா, 'இது அப்படியொண்ணும் முக்கியமான விஷயம் இல்லை. அநாவசியமா உங்களை நான் தொந்தரவு செய்ய விரும்பலை.'

'நோ நோ, இது நிச்சயமாத் தொந்தரவு இல்லை, உங்க ஆர்வத்துக்கு நான் கொடுக்கற மரியாதை', என்று சிரித்தான் பாலா, 'உங்களுக்கு எதுவும் அவசர வேலை இல்லைன்னா, பை ஆல் மீன்ஸ், நீங்க என்னோட வரலாம்.'

அடுத்த பத்து நிமிடத்தில் அவர்கள் கிளம்பினார்கள். கார் புறப்பட்டுச் சில நிமிடங்களுக்கு முதலாவது ஃபைலில் கவனத்தைப் பதித்திருந்த பாலா, சட்டைப் பாக்கெட்டிலிருந்து ஒரு சூயிங்கம் எடுத்துக்கொண்டான், அவளுக்கும் நீட்டினான்.

'நீங்க அடிக்கடி வெளியே ஹோட்டல்ல சாப்பிடறது உண்டா ப்ரியா?'

'அடிக்கடின்னு சொல்லமுடியாது, எப்பவாச்சும்', என்றாள் ப்ரியா, 'ஏன் கேட்கறீங்க சார்?'

'நீங்க வழக்கமாப் போற ஒரு ஹோட்டல்ல, சாப்பாடு சுத்தமாச் சரியில்லைன்னா என்ன செய்வீங்க?'

'அதுக்கப்புறம் அந்த ஹோட்டலுக்குப் போகமாட்டேன், அவ்ளோதான்', என்று சிரித்தாள் ப்ரியா.

'இனிமே என்ன செய்வீங்க-ங்கறது ஒருபக்கம் இருக்கட்டும். இப்போ ஏன் சாப்பாடு சரியில்லை-ன்னு அந்த ஹோட்டல் முதலாளியைக் கூப்பிட்டுச் சண்டை போடமாட்டீங்களா?'

'ம்ஹூம், சான்ஸே இல்லை', என்றாள் ப்ரியா, 'அப்படிச் சண்டை போடறவங்க சிலர் இருக்காங்க, ஆனா, எனக்கு அது சரிப்படாது.'

'அதுதான் ஏன்-னு கேட்கிறேன், கொடுக்கிற காசுக்கு உங்களுக்கு நல்ல சாப்பாடு போடவேண்டியது அவங்களோட பொறுப்பு இல்லையா?'

'ஆமாம் சார், ஆனா அதுக்காக ஒவ்வொண்ணுக்கும் சண்டை போட்டுக்கிட்டிருக்க யாருக்கு நேரம் இருக்கு? அப்படியே சண்டை போட்டாலும், அதுக்குப் பலன் இருக்கும்-ன்னு என்ன

நிச்சயம்? அவங்களோட வாக்குவாதம் பண்ணி நேரத்தை வீணடிக்காம, நாம வெளியே போயிடறது பெட்டர், ஊர்ல ஹோட்டலுக்கா குறைச்சல்?'

'எக்ஸாக்ட்லி', பாலாவின் முகத்தில் வழக்கமான புன்னகை தெரிந்தது, 'இந்தமாதிரி ஒரு சூழ்நிலையில பெரும்பாலான வாடிக்கையாளர்களோட மனோநிலை இப்படித்தான் இருக்கும், முதல்ல, பலருக்குச், சண்டை போட நேரம் இல்லை, மிச்சப் பேருக்கு, சண்டை போட்டா எந்த பிரயோஜனமும் இருக்காதுன்னு உள்ளுக்குள்ளே ஒரு மனத்தடை, இந்த சர்வீஸ் இல்லாட்டி ஆயிரம் சர்வீஸ்-ன்னு வெளியே போயிடறாங்க.'

ப்ரியா குழப்பத்தோடு அவன் கண்களைப் பார்த்துக் கொண்டிருந்தால், இது சாதாரணமான வாக்குவாதமா, அல்லது பிஸினஸ் சமாசாரமா?

சில நிமிடங்கள் ஜன்னலுக்கு வெளியே ஓடும் கார்களை வேடிக்கை பார்த்துக்கொண்டிருந்த பாலா திடீரென்று, 'இதே ஆபத்து நம்ம கம்பெனிக்கும் இருக்கு ப்ரியா', என்றான், 'நம்மோட பெரிய வாடிக்கையாளர்கள் எல்லோரும், நம்மகிட்ட நேரடியா எந்தக் குறையும் சொல்றதில்லை. ஆனா, அவங்க மனசுக்குள்ள இப்படி எத்தனை குற்றச்சாற்றுகளை வெச்சுக்கிட்டிருக்காங்களோ, எப்போ வெளியே போவாங்களோ, யாருக்குத் தெரியும்?'

இப்போது ப்ரியாவுக்கு விஷயம் புரியத் தொடங்கியிருந்தது. 'ஏன்யா இப்படிச் செஞ்சீங்க?', என்று சத்தம் போட்டுக் கத்துகிற வாடிக்கையாளர்களைவிட, மௌனமாக இருக்கிற ஊமைக் குசும்பன்கள் ஆபத்தானவர்கள்.

'அஸிம் ப்ரேம்ஜி தெரியுமா? விப்ரோ சேர்மன்', என்றான் பாலா, 'அவர் வருஷத்தில ஆறு மாசம், தன்னோட வாடிக்கையாளர்களோடதான் நேரம் செலவிடுவாராம்.'

'ஆறு மாசமா?', ஆச்சர்யமாகக் கேட்டாள் ப்ரியா, 'அவரோட நேரத்தில பாதி இதுக்கே செலவாகிடுமே.'

'ஆமாம் ப்ரியா, பட் இதைவிட முக்கியமா வேற என்ன இருக்கு?', என்று சிரித்தான் பாலா, 'வாடிக்கையாளர்களை சந்தோஷமா வெச்சுக்கறதுதான் ஒரு கம்பெனியோட வேலை, அதை உறுதிப்படுத்திக்கவேண்டியது தலைமைப் பொறுப்பில இருக்கறவங்களோட கடமை.'

'ஸோ, இந்த மாசத்திலிருந்து, நானும் நம்ம கஸ்டமர்ஸை நேரடியாச் சந்திக்க முடிவு செஞ்சிருக்கேன். அவங்களை விரட்டிப் பிடிச்சு, எங்க சர்வீஸ்பத்தி என்ன நினைக்கறீங்கன்னு கேட்கப்போறேன், எனக்குப் பூசி மெழுகற பதில் வேண்டாம், நேரடியான, நேர்மையான விமர்சனம் வேணும்ன்னு சொல்லப்போறேன்.'

'ஒருவேளை, அவங்க நெகட்டிவ்வா ஏதாச்சும் சொல்லிட்டா?', என்றாள் ப்ரியா.

'ரொம்ப சந்தோஷப்படுவேன்', என்றபடி வாய்விட்டுச் சிரித்தான் பாலா, 'எனக்கு உன்னோட சர்வீஸ் பிடிக்கலை-ன்னு ஒருத்தர் நேருக்கு நேர் சொல்றார்-ன்னா, அவர் தன்னோட மனக்குறையைப் பகிர்ந்துக்கத் தயாரா இருக்கார்-ன்னு அர்த்தம், அதைக் குறையா, நெகட்டிவ் விஷயமா நினைக்கவே கூடாது, அவரோட விமர்சனத்தைக் கேட்டு, அதன்படி நாம நம்மை மாத்திக்கறதுக்கு ஒரு வாய்ப்பு அது.'

'ஒரு விஷயம் புரிஞ்சுக்கோங்க ப்ரியா, நீங்க சொல்றதுபோல கஸ்டமரைச் சந்திக்கவோ, அவர் சொல்றதைக் கேட்கவோ பயப்படறவங்க, நெருப்புக்கோழிமாதிரி பிரச்னை வந்தா தரைக்குள்ள முகம் புதைச்சுக்கறாங்க, அதைவிட, அந்தப் பிரச்னைகளை நேருக்கு நேர் சந்திச்சு, ஜெயிக்க முயற்சி பண்றது பெட்டர் இல்லையா?'

'எங்க அப்பா காலத்திலே, கஸ்டமர் ஃபோன் பண்ணிக் கத்தினாதான் உணர்ச்சிவசப்பட்டு வேலை செய்வாங்க, ஆனா, என்னோட பயம், அந்த கஸ்டமர் ஃபோன் எதுவும் பண்ணாம, குறையையெல்லாம் மனசுக்குள்ளயே வெச்சுக்கிட்டு, அப்படியே

வெளிய போயிட்டா? நான் அந்த ரிஸ்க் எடுக்க விரும்பலை', என்று பாலா சொல்லி முடித்தபோது, அவர்களுடைய கார் அதிநவீன அலுவலக வளாகம் ஒன்றினுள் நுழைந்து நின்றது.

'நீங்களும் என்னோட வரீங்களா ப்ரியா?', என்றான் பாலா, 'உதை வாங்கப்போகும்போது, இப்படித் துணைக்கு ஆள் கூப்பிடறது தப்புதான்', என்று அவன் சொன்னபோது, இருவரும் சேர்ந்து சிரித்தார்கள்.

சில நிமிடங்களுக்குப்பிறகு, அவர்கள் அந்த நிறுவனத்தின் முக்கிய அலுவலர் அறையில் அமர்ந்திருந்தார்கள். ஏஸி குளிரிலும், ப்ரியாவுக்கு லேசாக வியர்க்கத் தொடங்கியிருந்தது. ஆனால், பாலாவிடம்தான் ஏதோ ஒரு பரவசம் தென்பட்டாற்போலிருந்தது அவளுக்கு.

'உங்க பிரச்னை எதுவாயிருந்தாலும் நீங்க தயங்காம சொல்லலாம் சார், நிச்சயமா அதைச் சரிசெய்யறதுக்கு நான் முயற்சி எடுப்பேன்' என்று அவரிடம் சொன்னான் அவன்.

அந்த அலுவலர், லேசாகத் தொண்டையைச் செருமிக்கொண்டு பேசத் தொடங்கினார். லேசான ஆரம்பத் தயக்கத்துக்குப்பிறகு, அவரது குறைகள், குற்றச்சாற்றுகள் வரிசையாக வந்து விழுந்தன.

அவர் சொல்லச்சொல்லக் குறிப்பு எழுதிக்கொண்டிருந்த பாலாவின் முகத்தில், உதை வாங்குகிற வலி இல்லை, அவரைப் பேசச் செய்து, ஜெயித்துவிட்ட சந்தோஷம்தான்!

20

'எல்லா ஐட்டம் பேர், விலை இதில எழுதியிருக்கேன்', என்றான் சுந்தர், 'இதுக்குமேல பத்துப் பைசா கூடினாலும், எங்களுக்கு வேணாம்ன்னு தெளிவாச் சொல்லிட்டு வெளியே வந்துடுங்க, புரிஞ்சுதா?'

அவர் பெரிதாகத் தலையாட்டிவிட்டு வெளியேறிச் சென்றார். அவருடைய தலை மறையும்வரை காத்திருந்த பாலா, 'ஏண்டா சுந்தர், இந்த ஆள் எத்தனை வருஷமா உங்க கடையில இருக்கார்?', என்றான்.

'அது இருக்கும் முப்பது நாப்பது வருஷம்', என்றான் சுந்தர், 'நான் பிறக்கறதுக்கு முன்னாடியிருந்து, இதே கடையில, இதே வேலையைத்தான் பார்த்துக்கிட்டிருக்கார்ன்னு நினைக்கறேன்.'

'இத்தனை வருஷ எக்ஸ்பீரியன்ஸ் உள்ள ஒருத்தருக்கு, நீ இப்படி ஒவ்வொரு விஷயத்தையும் நுணுக்கமாச் சொல்லிக்கொடுக்கறது அவசியமா?' பேப்பர் வெயிட்டைக் கையில் உருட்டியபடி கேட்டான் பாலா.

'அவசியம் இல்லைதான். ஆனா, என்ன பண்றது? இப்படித் தெளிவா உடைச்சுச் சொல்லலைன்னா, அவருக்கு எதை

எப்படிச் செய்யணும்ன்னு தெரியாது', என்று சிரித்தான் சுந்தர், 'இதெல்லாம் வெறுமனே அனுபவம்மட்டும் சம்பந்தப்பட்ட விஷயம் இல்லை, சுதந்தர ஏணியில அவங்க எந்தப் படியில நிக்கறாங்க-ன்னு கவனிச்சு, அதுக்கேத்த மாதிரிதான் நாம நடந்துக்கணும்.'

'சுதந்தர ஏணியா? அதென்ன புதுசா?'

'இங்க்லீஷ்ல *Freedom Scale*-ன்னு சொல்வாங்க, நான் அதை இப்படி தமிழ்ப்படுத்தியிருக்கேன்', சுந்தர் பெரிதாகச் சிரித்தான், 'இந்த ஏணியில மொத்தம் அஞ்சு படிகள் உண்டு, நமக்குக் கீழே வேலை செய்யறவங்க அதில எந்தப் படியில நிக்கறாங்கன்னு கவனிச்சுப் புரிஞ்சுகிட்டா, அவங்களை எப்படி வேலை வாங்கறது-ன்னு தீர்மானிக்கறது சுலபம்.'

'அதென்னடா அஞ்சு படி?'

'சொல்றேன்', என்றபடி கொஞ்சம் யோசித்தான் சுந்தர், 'சும்மா லிஸ்ட் போட்டு விளக்கறதைவிட, நேரடியா சில உதாரணங்கள் காட்டினா உனக்கு நல்லாப் புரியும், வா', என்று எழுந்துகொண்டான்.

அவர்கள் அந்த அலுவலக அறையிலிருந்து வெளியே வந்தார்கள். ஒரு மூலை மேஜையில் பேரேடுகளுக்கு நடுவே உட்கார்ந்திருந்தவரை எட்டிப் பார்த்து, 'ஐயா, சௌக்யமா?', என்று புன்னகையோடு விசாரித்தான் சுந்தர்.

அவர் சட்டென்று எழுந்துகொண்டார், 'சொல்லுங்க சார்.'

'இந்த மாசம், நமக்கு யாரெல்லாம் பணம் ஒழுங்காத் தராம பாக்கிவெச்சிருக்காங்க-ன்னு ஒரு லிஸ்ட் தயாரிக்கமுடியுமா?' என்றான் சுந்தர்.

'இதோ பண்ணிடறேன் சார்' என்றபடி அவர் மீண்டும் நோட்டுப் புத்தகங்களில் மூழ்கினார்.

அவருடைய காதுக்கு எட்டாத தூரத்துக்கு வந்தபிறகு, 'இந்த

ஆளோட வேலையே, யார்கிட்டேயிருந்து பணம் வருது, எவ்ளோ வருது, எவ்ளோ வரலை-ன்னு கணக்கெடுக்கறதுதான்', என்றான் சுந்தர். 'ஆனா, இப்படி நாமா வலியப் போய் விசாரிக்கலைன்னா, அவர் எதுவும் செய்யமாட்டார், அதுக்காக, அவர் சோம்பேறின்னு அர்த்தம் இல்லை, நாம ஒரு வார்த்தை சொல்லிட்டா, வேலையை ஒழுங்கா பண்ணிடுவார், அதுவரைக்கும் எதுவும் செய்யாம காத்திருப்பார்.'

'இதுதான், சுதந்தர ஏணியில முதல் படி', என்றான் சுந்தர், '*Wait*, அதாவது மேலதிகாரிங்க கட்டளை போடணும்ன்னு காத்திருக்கறது.'

சுந்தர் இப்படிச் சொல்லிக்கொண்டிருக்கும்போது, வெளியிலிருந்து கடைக்குள் வந்த ஒரு பொடியன், 'மொதலாளி, அரிசி லாரி வர்றதுக்குக் கொஞ்சம் லேட் ஆவும்போலத் தெரியுது, என்ன பண்ணலாம்?' என்றான்.

அவனுக்குப் பதில் சொல்லி அனுப்பிவிட்டு, 'இப்போ உனக்கே தெரிஞ்சிருக்கும், சுதந்தர ஏணியில ரெண்டாவது படி, *Ask* - அதாவது, அடுத்து என்ன பண்ணலாம்-ன்னு மேலதிகாரிங்களைக் கேட்டு, அவங்க சொல்றபடி நடக்கறது' என்றான் சுந்தர்.

'இந்த ரெண்டு டைப் ஆளுங்ககிட்டயும், நாம அதிக நேரம் செலவழிக்கவேண்டியிருக்கும், இல்லையா?' என்றான் பாலா, 'இப்படி ஒவ்வொரு விஷயத்துக்கும் அவங்க நம்மை எதிர்பார்க்கிறதால, நாம நம்மோட வேலையை விட்டுட்டு, இவங்களுக்காக யோசிக்கவேண்டியிருக்கும்.'

'கண்டிப்பா', என்றான் சுந்தர், 'ஆனா, ஒவ்வொரு கம்பெனியிலும், இந்த ரெண்டு வகை பார்ட்டிங்கதான் அதிகம், இவங்களைக் கட்டி மேய்க்கறதுக்குதான் மேலதிகாரிங்களுக்குச் சம்பளம்', என்று கண்ணடித்தான்.

'சரி, இதில மூணாவது படி என்ன?'

‘நாம முதன்முதலா இங்கே சந்திச்சது நினைவிருக்கா?’

‘ஆமா, அதுக்கென்ன இப்போ?’

‘அன்னிக்கு, ஆனந்த பவன்ல காப்பி குடிச்சுக்கிட்டே நாம என்ன பேசினோம்?’

‘எங்க கம்பெனியை அடுத்த கட்டத்துக்குக் கொண்டுபோறதைப்பத்திப் பேசினோம்’, என்றான் பாலா, ‘அதுக்கும் இதுக்கும் என்னடா சம்பந்தம்?’

‘கொஞ்சம் பொறுமை ப்ளீஸ்’, என்று சிரித்தான் சுந்தர், ‘அப்போ உனக்குக் கொஞ்சம் குழப்பங்கள் இருந்தது, அதைத் தீர்க்கறதுக்கு நான் சில யோசனைகள் சொன்னேன், உடனே நீ என்ன பண்ணினே?’

‘அதையெல்லாம் எப்படி எங்க கம்பெனியில செயல்படுத்தமுடியும்-ன்னு யோசிச்சேன், உன்கிட்டே பேசி உறுதிப்படுத்திக்கிட்டேன்’, என்றான் பாலா, ‘அதுதான் ஏணியில மூணாவது படியா?’

‘ஆமாம்’, என்றான் சுந்தர், ‘மூணாவது படி, *Recommend*, அதாவது, எல்லாத்துக்கும் இன்னொருத்தரை எதிர்பார்க்காம, ஒரு பிரச்னைக்கு என்னென்ன தீர்வுகள் இருக்கக்கூடும்ன்னு நாமே யோசிச்சு, சிபாரிசு பண்றது, இப்படி ரெண்டு மூணு யோசனைகளைச் சொல்லிட்டா, அதோட சாதக பாதகங்களையெல்லாம் அலசிப்பார்த்து, அதில ஒண்ணை நம்ம மேலதிகாரி செலக்ட் பண்ணுவார், அவருக்கும் நேரம் மிச்சம், நமக்கும் நம்ம யோசனை செயல்படுது-ங்கற சந்தோஷம்’

‘இன்ட்ரஸ்டிங்’, என்று யோசனையில் ஆழ்ந்தான் பாலா, ‘ஒரு கம்பெனியில எல்லோரும் இந்தமாதிரி இருந்துட்டா, எதுக்காகவும் நேரம் வீணாகாது.’

‘பொறுப்பா, ஏணியில இன்னும் ரெண்டு படி பாக்கியிருக்கு’, என்றான் சுந்தர், ‘*Recommend* அடுத்த படி, *Act & Update*,

அதாவது, இப்படிச் செய்யலாமா-ன்னுகூட மேலதிகாரியை யோசனை கேட்காம, நாமே வேலையைச் செஞ்சுமுடிச்சுடறது, அப்புறம், அது எப்படிப் போய்க்கிட்டிருக்குன்னுமட்டும் அப்பப்போ அவங்களுக்குச் சொன்னாப் போதும்.'

'அது கொஞ்சம் ஆபத்தில்லையா?' திகைப்போடு கேட்டான் பாலா, 'அவங்கபாட்டுக்கு எதையாச்சும் சொதப்பிவெச்சுட்டா?'

'எல்லோரையும் நாம நேரடியா நாலாவது படியில ஏத்திவிடப்போறதில்லை பாலா', என்றான் சுந்தர், 'படிப்படியா முன்னேறி, அவங்க இந்த நிலைக்கு வரும்போது, இந்த அளவு சுதந்தரத்தை நாம அவங்களுக்கு அனுமதிக்கலாம், நிச்சயமா அதை அவங்க மிஸ்யூஸ் பண்ணமாட்டாங்க.'

'அப்ப கடைசிப் படி?'

'வேறென்ன? வெறும் *Act*தான். இந்த அஞ்சாவது படியில நிக்கறவங்க எல்லாம் செயல்வீரர்கள். இவங்ககிட்டே ஒரு விஷயத்தை ஒப்படைச்சுட்டா, அதுக்கப்புறம் மேலதிகாரிங்க அதைப்பத்திக் கவலைப்பட்டுக்கிட்டிருக்க வேண்டியதில்லை, எல்லாத்தையும் கச்சிதமாச் செஞ்சு முடிச்சு சபாஷ் வாங்கிடுவாங்க.'

சுந்தர் சொன்ன ஐந்து படிகளையும், சிறு விளக்கங்களுடன் ஒரு தாளில் எழுதிக்கொண்டான் பாலா:

1. *Wait* (இந்த வேலை செய்யணுமா, செஞ்சுமுடிச்சுடறேன், அப்புறம் நீங்க அடுத்த வேலை தர்றவரைக்கும் சும்மா உட்கார்ந்திருப்பேன், உங்க கட்டளைக்காகக் காத்திருப்பேன்)

2. *Ask* (இதை எப்படிச் செய்யறது? கொஞ்சம் விளக்கிச் சொல்லிடுங்க, செஞ்சுடறேன்)

3. *Recommend* (இதை இப்படிச் செய்யலாமா? நீங்க என்ன நினைக்கறீங்க?)

4. *Act - Update* (இதைச் செஞ்சு முடிச்சாச்சு, அது சம்பந்தமான எல்லா விவரமும் இதில இருக்கு)

5. *Act (வேலையைக் கொடுத்துட்டீங்க இல்லை? போய்ட்டு வாங்க, எல்லாத்தையும் நான் பார்த்துக்கறேன்!)*

விறுவிறுவென்று எழுதி முடித்துவிட்டு, 'எந்தக் கம்பெனியிலும் புதுசா வேலைக்குச் சேர்றவங்க, முதல்ல கீழ்ப் படிகள்லதான் இருப்பாங்க, அதுக்கப்புறம் கொஞ்சம்கொஞ்சமா முயற்சி பண்ணி அவங்க மத்த படிகளுக்கு ஏறணும், இல்லையா?', என்றான் பாலா.

'பல பேர், வருஷக்கணக்கா முதல் ரெண்டு படிகள்லயே காலத்தைக் கடத்திடுவாங்க', என்று பெரிதாகச் சிரித்தான் சுந்தர், 'ஸோ, மேலதிகாரிகளா இருக்கிறவங்க, அவங்களை முன்னேற்ற முயற்சி பண்ணணும், முடியலைன்னா, வேற வழியே இல்லை, நாம அவங்க நிலைக்கு இறங்கிப்போய் உதவி பண்ணியாகணும்.'

'யாரையும், அந்த மூணாவது படிக்குக் கொண்டுவர்றதுதான் கஷ்டம்', என்றான் பாலா, 'அதைமட்டும் கடந்துட்டா, அதுக்கப்புறம் மளமளன்னு மத்த படிகளுக்கு ஏறிடுவாங்க.'

'கண்டிப்பா! இந்த அஞ்சுல நாம எந்தப் படியில இருக்கோம்ன்னு ஒவ்வொருத்தரும் யோசிச்சுக்கறது அவங்களுக்கும் நல்லது, அவங்க வேலை செய்யற கம்பெனிக்கும் நல்லது', என்று வெளியே நடந்தான் சுந்தர், 'இன்னிக்கு ரொம்பப் பேசியாச்சு, ஆனந்த பவன்ல ஒரு காஃபி வாங்கிக்கொடு ராசா.'

ஆன்கென் ஏணி

ஊழியர்களைச் சுதந்தர ஏணியில் வரிசைப்படுத்தும் இந்தச் சுவாரஸ்யமான வழிமுறையைக் கண்டறிந்தவர், பிரபல மேலாண்மை நிபுணர் வில்லியம் ஆன்கென் (*Willian Oncken*). அவரது பெயரால் இது '*Oncken Freedom Scale*' என்றே அழைக்கப்படுகிறது.

21

‘எனக்கு ரொம்பப் பரபரப்பா இருக்கு பாலா’, என்றார் ராகவேந்தர், ‘ஏதோ முதன்முதலா இன்டர்வ்யூவுக்குப் போறமாதிரி ஒரு டென்ஷன்’, என்று சிரித்தார்.

‘ஆஃபீஸ்ன்னாலே உங்களுக்கு டென்ஷன் தொத்திக்குது’, என்று கண்ணடித்தான் பாலா, ‘டாக்டர் ஏன் உங்களை ரெஸ்ட் எடுக்கச் சொன்னார்ன்னு இப்ப புரியுதா?’

‘அதில்லைப்பா, இப்படி மாசக்கணக்கா, வருஷக்கணக்கா நான் ஃபேக்டரியைவிட்டு இருந்ததே இல்லை, ரொம்ப நாளைக்கப்புறம் அங்கே போறமே, எது எப்படி இருக்குமோங்கற ஒரு குறுகுறுப்புதான்’, குஷன் இருக்கையில் நன்றாகச் சாய்ந்து அமர்ந்துகொண்டார் ராகவேந்தர்.

‘கவலைப்படாதீங்கப்பா, உங்க செல்லப் பிள்ளையை, நாங்க பட்டினி போட்டுடலை, நல்லாவே கவனிச்சுக்கிட்டிருக்கோம்’, என்றான் பாலா, ‘சந்தேகமிருந்தா, பேலன்ஸ் ஷீட் கொண்டுவந்து காட்டறேன்.’

‘அதெல்லாம் ஒண்ணும் வேணாம் பாலா’, என்றபடி கைகளைக் கட்டிக்கொண்டார் ராகவேந்தர், ‘அந்தத் தலைவலியையெல்லாம்

இனிமே நீயே பார்த்துக்கோ, நான் நிம்மதியா ரெஸ்ட் எடுக்கறேன்.'

அடுத்த சில நிமிடங்களுக்கு, கார் எஞ்சின் ஓடும் சப்தம் மட்டும்தான் கேட்டுக்கொண்டிருந்தது. ஒரு நீண்ட அமைதிக்குப் பிறகு, 'இந்த விஷயத்தில உங்களுக்கு என்மேல கோவம்தானேப்பா?', என்றான் பாலா.

'சேச்சே', சட்டென்று அவன் தோளில் கை வைத்துக்கொண்டார் ராகவேந்தர், 'என்னடா இப்படி வலுக்கட்டாயமா என்னை வீட்ல உட்காரவெச்சுட்டானே பையன்-னு ஆரம்பத்தில ஒரு சின்ன வருத்தம் மட்டும் இருந்தது. ஆனா போகப்போக, நானும் இந்த ஓய்வு வாழ்க்கையைச் சந்தோஷமா அனுபவிக்க ஆரம்பிச்சுட்டேன்.'

'முதல் பத்து நாள், பைத்தியம் பிடிச்சமாதிரி இருந்தது பாலா, காலை எழுந்து பல் தேய்ச்சு காஃபி குடிச்சப்புறம், அடுத்து என்ன செய்யறதுன்னே தெரியலை. எதுக்கும் பிரயோஜனம் இல்லாம வாழறமே-ன்னு ஒரு நினைப்பு.'

'புரியுதுப்பா', என்றான் பாலா, 'நீங்க பரபரப்பாகவே வாழ்ந்து பழகிட்டீங்க. அதான் நிதானமான வாழ்க்கை உங்களுக்குப் புரியலை, பிடிக்கலை.'

'அதுமட்டுமில்லை பாலா, இந்த ஃபேக்டரியை நல்லபடி வளர்க்கணும்ங்கறதுக்காக, நான் மத்த எல்லா விஷயத்தையும் விட்டுக்கொடுத்துட்டேன், சினிமா பார்க்கறதை நிறுத்தியாச்சு, கிரிக்கெட், ஃபுட்பால் வித்தியாசம்கூடத் தெரியாது, உறவுக்காரங்க கல்யாணம், கருமாதிகளுக்குக்கூட தலையைக் காட்டறதில்லை, ஏன், சொந்தப் பொண்டாட்டி, பிள்ளைகளோட செலவிடவேண்டிய நேரத்தைக்கூட, பிஸினஸுக்காகத் தாரைவார்த்துக் கொடுத்துட்டேன்.'

'யோசிச்சா, அதெல்லாம் அவசியம்தானா-ன்னு இப்போ தோணுது. பிஸினஸ், லாபம், வளர்ச்சின்னு சேணம் கட்டின குதிரைமாதிரி ஒரே திசையைப் பார்த்து ஓடிக்கிட்டிருக்காம,

கொஞ்சம் அக்கம்பக்கம் திரும்பிப் பார்த்திருந்தா, இப்படி அடி வாங்கியிருக்கமாட்டேன்', சற்றே சங்கடமாகப் புன்னகைத்தார் அவர், 'நல்லவேளை, கடவுள் என்னை ஒரேயடியா தண்டிச்சுடலை, ஒரு சின்ன எச்சரிக்கைமட்டும் கொடுத்து மன்னிச்சுட்டார்.'

'இப்போ எப்படி ஃபீல் பண்றீங்கப்பா?'

'இருபது வயசுப் பையன்மாதிரி-ன்னு பொய் சொல்லமாட்டேன்', என்றார் ராகவேந்தர், 'உடம்பு தளர்ந்திருக்கிறதைப் புரிஞ்சுகிட்டேன், ஆனா, மனசை இளமையா வெச்சிருக்கக் கத்துக்கிட்டேன்.'

'ஒருவேளை, நான் உங்க ஃபேக்டரியைப் படுமோசமா நடத்தி, நஷ்டத்தில தள்ளியிருந்தா, என்ன செஞ்சிருப்பீங்க?'

'சந்தோஷப்பட்டிருப்பேன்', குறும்பாகச் சிரித்தார் ராகவேந்தர், 'என்னோட தொழிலை என் மகன் நல்லா நடத்தறான்-ங்கறது எனக்குப் பெருமைதான். ஆனா, அந்தத் தொழிலை நான் ஒருத்தன்தான் ஒழுங்கா நடத்தமுடியும்-ன்னு தெரிஞ்சா, அது என்னோட ஈகோவுக்குத் திருப்தியா இருந்திருக்கும்.'

'நல்லவேளை, அப்படி எதுவும் அசம்பாவிதம் நடந்துடலை', என்றான் பாலா, 'இல்லாட்டி, ஓய்வும் வேண்டாம், ஒரு மண்ணும் வேண்டாம்ன்னு மறுபடி ஃபேக்டரிக்குக் கிளம்பி வந்திருப்பீங்க.'

அவர்கள் இருவரும் ஒன்றுபோல் சிரித்தபோது, கார் தொழிற்சாலை வளாகத்தினுள் நுழைந்தது. ஆவலோடு வெளியே வேடிக்கை பார்க்கத் தொடங்கினார் ராகவேந்தர்.

கிட்டத்தட்ட இரண்டரை வருடங்களுக்குமுன்பு, 'எனக்குப் பதிலா, இந்த ஃபேக்டரியை நீ நடத்தணும், செய்வியா?', என்று பாலாவிடம் கேட்டது அவர் நினைவுக்கு வந்தது. கடைசியாக அன்றைக்குப் பார்த்த ஃபேக்டரி, வண்ணம்கூட மாறாமல் அப்படியேதான் நின்றுகொண்டிருந்தது.

ஆனால், உள்ளே நிறைய மாறியிருக்கிறது. உற்பத்தி கிட்டத்தட்ட பத்து மடங்கு அதிகரித்திருக்கிறது. பொருள்களைத் தயாரித்து வைத்துக்கொண்டு, எங்கே, எப்படி விற்பது என்று தெரியாமல் தடுமாறிய காலமெல்லாம் போய், இப்போது தயாராகிறவை அனைத்தும், நேராக வாடிக்கையாளர்களுக்குச் சென்றுவிடுகின்றன. கையில் ஆர்டர் இல்லாமல் ஒரு சின்னத் திருகாணிகூட தயாரிப்பதில்லை என்பதில் உறுதியாக இருக்கிறார்கள்.

இந்த இரண்டு வருடங்களில் வாடிக்கையாளர்கள் கணிசமாக அதிகரித்திருக்கிறார்கள். விற்பனையும் சரி, லாபமும் சரி கணிசமாக உயர்ந்திருக்கிறது. அதைவிட முக்கியம், முன்பு அது சரியில்லை, இது சரியில்லை என்று மூக்கால் அழுதுகொண்டிருந்த கஸ்டமர்கள்கூட, இப்போது தங்களுடைய ஆர்டர்களின் அளவைக் கூட்டியிருக்கிறார்கள். வாடிக்கையாளர்கள் இங்கிருந்து விலகி, போட்டியாளர்களிடம் செல்வது குறைந்திருக்கிறது.

ராகவேந்தர் காலத்தில் பார்த்த அதே இயந்திரங்கள், அதே மனிதர்கள்தான். ஆனால், எல்லாமும், எல்லோரும் முன்பைவிட வேகமாக, சுறுசுறுப்பாகச் செயல்படுவதுபோல் தோன்றுகிறது. அநேகமாக ஒவ்வொருவர் முகத்திலும் ஒரு திருப்திப் புன்னகை தெரிகிறது.

எல்லாவற்றையும் புதிதாகப் பார்ப்பதுபோல் நிதானமாக நடந்துவந்தார் ராகவேந்தர். தொழிற்சாலை வளாகத்தினுள் கண்ணுக்கு இதமான நிறங்கள், வெளிச்ச அமைப்புகள், குப்பைத் தொட்டிகள்கூடச் சுத்தமாகத் தெரிந்தன.

தொழிற்சாலையின் கச்சடாவான தினசரி நடவடிக்கைகளில் ஓர் ஒழுங்கு வந்திருப்பதை அவரால் கண்கூடாகப் பார்க்கமுடிந்தது. அவர் காலத்தில் எங்கே பார்த்தாலும் பொருள்கள் சிதறிக் கிடக்கும், ஆயிரக்கணக்கான ரூபாய் கொடுத்து வாங்கிய மூலப்பொருள்கள், எங்கே இருக்கின்றன என்றே தெரியாமல் தொலைந்துபோயிருக்கின்றன.

ஆனால் இங்கே, நிலைமை தலைகீழாக மாறியிருந்தது. அநாவசியமாக எதையும் குவித்துவைக்கவில்லை. பொருள்கள், உபகரணங்கள், கருவிகள் எல்லாம் அதனதன் இடத்தில் அடுக்கிவைக்கப்பட்டிருந்தன. எதை எப்படிப் பயன்படுத்தவேண்டும் என்கிற குறிப்புகள், பாதுகாப்பு வழிமுறைகள் ஆங்காங்கே ஒட்டிவைக்கப்பட்டிருந்தன. இயந்திரப் பகுதிகளைக் கோடு கிழித்து ஒழுங்குபடுத்தியிருந்தார்கள். அந்த மஞ்சள் கோடுகளுக்கு வெளியேதான், மற்றவர்கள் உலவமுடிந்தது.

ராகவேந்தரை அடையாளம் கண்டுகொண்ட தொழிலாளர்கள், அலுவலர்கள் சற்றே தயக்கத்துடன் விலகி நின்று அவருக்கு வணக்கம் சொன்னார்கள், ‘எப்படி இருக்கீங்க சார்?’

‘க்ரேட்’, என்றார் ராகவேந்தர், ‘நீங்க எப்படி இருக்கீங்க?’

வேலை நாள்களில், ஒருமுறைகூட அவர் இப்படி யாரையும் விசாரித்ததில்லை, விசாரிக்கத் தோன்றியதில்லை, ‘குட்மார்னிங்’ சொல்வதுகூட, வெறும் சடங்குதான், அடுத்த விநாடி அலுவல்ரீதியிலான பேச்சைத் தொடங்கிவிடுவார்.

இந்த விஷயத்தில், பாலா அவரிடமிருந்து நிறையவே மாறுபட்டிருந்தான். அநேகமாக ஒவ்வொரு தொழிலாளியிடமும் ஒவ்வொரு அலுவலரிடமும் தனிப்பட்டமுறையில் பேசுவதற்கு அவனுக்குச் சில விஷயங்களேனும் இருந்தன. எந்நேரமும் மாறாத புன்னகை ஒன்றை உதடுகளில் ஒட்டிவைத்திருந்தான்.

பாலா மட்டுமில்லை, அங்கிருப்பவர்கள் எல்லோரும் சிரிப்புடன் வேலை செய்வது ராகவேந்தருக்குப் புதிதாக இருந்தது. அவர்களைப் பார்க்கையில், ஏதோ ஒரு பொருளின் உற்பத்திக்காகச் சேர்ந்து உழைக்கிறவர்கள்போலவே தோன்றவில்லை. கோயில் திருவிழா அல்லது வீட்டு விசேஷத்துக்காக வேலைகளை இழுத்துப்போட்டுக்கொண்டு செய்கிறவர்கள்போல் உற்சாகமாகச் செயல்பட்டுக்கொண்டிருந்தார்கள்.

‘என்னப்பா ஒண்ணும் பேசமாட்டேங்கறீங்க?’, அவர் என்ன

நினைக்கிறார் என்பதை அறிய பாலாவுக்குக் குறுகுறுப்பாக இருந்தது. ஆனால், நேரடியாகக் கேட்கத் தயக்கம், அல்லது பயம்.

கடந்த இரண்டரை வருடங்களாக அவன் இந்தத் தொழிற்சாலையில் முயன்று வந்திருக்கும் பல புதிய விஷயங்களுக்கு நல்ல அங்கீகாரம், நிச்சயமான பலன் கிடைத்திருக்கிறது. ஆனால், இதற்கெல்லாம் ராகவேந்தரின் அங்கீகாரம் கிடைக்குமா என்பதுதான் தெரியவில்லை.

ராகவேந்தர் மௌனமாகவே ஃபேக்டரியைச் சுற்றிவந்தார். இயந்திரப் பகுதிகளில்மட்டுமின்றி, அலுவலகத்திலும்கூடப் பல மாற்றங்கள் நிகழ்ந்திருப்பதைப் பார்த்துப் புருவம் உயர்த்தினார்.

'இவங்க பேர் ப்ரியா, என்னோட செகரெட்டரி', என்று அறிமுகப்படுத்தினான் பாலா, 'இங்கே நடந்திருக்கிற பல மாற்றங்களுக்கு, இவங்களும் ஒரு முக்கியக் காரணம், பல விஷயங்களை அமல்படுத்தறதில எனக்குப் பின் பலமா இருக்காங்க.'

'ரொம்ப நன்றிம்மா', என்றார் ராகவேந்தர், 'நான் பொறுப்பில இருந்திருந்தா, இதையெல்லாம் நிச்சயமா செஞ்சிருக்கமாட்டேன், பழையபடி குடிசைத் தொழில் மாதிரி வண்டி ஓடியிருக்கும்', என்று சிரித்தார்.

'அதெல்லாம் இல்லைப்பா, *Necessity is the mother of invention*', என்றான் பாலா, 'எனக்கு இந்தத் தொழில் பத்தி என்ன தெரியும்? நிலைமையைச் சமாளிச்சாகணும்-ங்கற தேவை வரும்போது, அதுக்கு ஏத்தபடி நாம நம்மை மாத்திக்குவோம், எல்லாம் சரியா நடக்கும்.'

அவர்கள் அலுவலகத்திலிருந்து வெளியேறி, கார் நிறுத்துமிடத்தை நோக்கி நடந்தார்கள். புதுப் புல்வெளி, பூஞ்செடிகளுக்கு மத்தியில் நின்றபடி, ஒரு நிமிடம் தொழிற்சாலையைத் திரும்பிப் பார்த்தார் ராகவேந்தர். சில விநாடி மௌனத்துக்குப்பிறகு, 'கிளம்பலாம்' என்றார்.

22

‘சியர்ஸ்’, மூன்று எலுமிச்சைப் பழரசக் கோப்பைகள் குலுங்கிக்கொண்டன.

‘என்ன மச்சி, வெறும் லைம் ஜூஸ்தானா?’, நாகராஜனின் ஏமாற்றம் வெளிப்படையாகத் தெரிந்தது, ‘இத்தனை பெரிய கம்பெனியைக் கட்டி மேச்சுக்கிட்டிருக்கே, அதுக்கு ஒரு தண்ணி பார்ட்டி தரக்கூடாதா?’

‘ஸாரி ஃப்ரெண்ட்ஸ், என் செலவில, நான் யாரையும் கெடுத்துக் குட்டிச்சுவராக்கறதா இல்லை’, என்று சிரித்தான் பாலா, ‘தவிர, இந்த ஃபேக்டரி எல்லைக்குள்ள எப்பவும் ஆல்கஹால் நுழையக்கூடாது, அதில நான் ரொம்பக் கண்டிப்பா இருக்கேன்.’

‘யாராச்சும் குடிச்சுட்டு வேலைக்கு வந்தா?’

‘முதல்வாட்டி ஒரு நாள் லீவ் கொடுத்து வீட்டுக்கு அனுப்புவேன், மறுபடி அதே தப்பைச் செஞ்சா, நிரந்தரமா சீட்டைக் கிழிச்சுடுவேன்’, குறும்பாகப் புன்னகைத்தான் பாலா, ‘சில ஒழுங்குகளை, யாரும் மீறாம இருக்கிறதுதான் தொழிலுக்கு மரியாதை.’

‘இவனைப் பார்றா, பரம்பரை பிஸினஸ்மேன் மாதிரி பேசறான்’, பொங்கிச் சிரித்தான் லட்சுமணன், ‘என்னாச்சுடா உனக்கு? காலேஜ்ல நல்லாதானே இருந்தே?’

‘பேசாம நீயும் எங்களோட பெங்களூருக்கு வந்திருக்கலாம்டா’, சலிப்போடு பாலா முதுகில் தட்டினான் நாகராஜன், ‘எவ்ளோ ஜாலியாப் பொழுதுபோகுது தெரியுமா? *We Really Miss You* மச்சி!’

கல்லூரி நாள்களில், அவர்கள் மூவரையும் தனித்தனியே பார்த்தவர்கள் குறைவு. அந்த வயதுக்கே உரிய குறும்புகள், குற்றங்கள் சகலத்தையும் ஒன்றாகச் சேர்ந்துதான் செய்தார்கள். அதேநேரத்தில், படிப்பிலும் கெட்டி. சொல்லிவைத்ததுபோல் மூவரும் ஒரே நிறுவனத்தில் வேலை வாங்கினார்கள்.

அதன்பிறகுதான், அந்த நெருக்கத்தில் யாரோ கண் போட்டாற்போலாகிவிட்டது. நாகராஜனும் லட்சுமணனும் பெங்களூரில் சாஃப்ட்வேர் வேலைக்குப் போக, பாலாமட்டும் இங்கே தொழிற்சாலை நிர்வாகத்தில் மாட்டிக்கொண்டுவிட்டான்.

அப்போதே, நண்பர்கள் இருவரும் அவனுக்கு எவ்வளவோ அறிவுரைகள் சொல்லிப்பார்த்தார்கள், கெஞ்சிப்பார்த்தார்கள், மிரட்டிப்பார்த்தார்கள், ஆனால் பாலா தன்னுடைய முடிவில் பிடிவாதமாக இருந்துவிட்டான்.

மிகுந்த வருத்தத்துடன் அவர்கள் பிரிந்து, மூன்று ஆண்டுகளுக்குமேல் ஓடிவிட்டது. எத்தனையோமுறை இன்றைக்கு, நாளைக்கு, அடுத்த வாரம், அடுத்த மாதம் என்று தள்ளிப்போட்டு, இப்போதுதான் மூவேந்தர்களும் மறுபடி சந்திக்கிற வாய்ப்பு உருவாகியிருக்கிறது.

இந்த மூன்று வருடங்களில், லட்சுமணனும் நாகராஜனும் நான்கு முறை வேலை மாறிவிட்டார்கள். ஒவ்வொருமுறையும், அவர்களின் சம்பளம் கிட்டத்தட்ட ஒன்றரை மடங்காக உயர்ந்திருக்கிறது. கைநிறையப் பணம், பைநிறைய சேமிப்பு, அடிக்கடி வெளிநாட்டுப் பயண வாய்ப்புகள், இன்னபிற

சவுகர்யங்கள் என்று நிம்மதியான வாழ்க்கை.

'நம்ம செட் ரொம்ப லக்கி மச்சி', என்றான் லட்சுமணன், 'எல்லோரும் சூப்பரா செட்டிலாயிட்டாங்க.'

அடுத்த சில நிமிடங்களில், அவர்கள் மீண்டும் தங்களுடைய கல்லூரி நாள்களுக்குத் திரும்பியிருந்தார்கள். அவன் இப்போது என்ன செய்கிறான், இவளுக்கு என்ன ஆச்சு, அவனும் அவளும் கல்யாணம் செய்துகொண்டார்களா, அல்லது 'நண்பர்களாகப்' பிரிந்துவிட்டார்களா, யாரெல்லாம் இன்னும் அரியர்ஸ் மிச்சம் வைத்திருக்கிறார்கள் என்பதுபோன்ற விசாரிப்புகளில் நேரம் கரைந்தது.

இப்போதுதான் கல்லூரியிலிருந்து வெளியே வந்தாற் போலிருக்கிறது. ஆனால் அதற்குள், அநேகமாக எல்லோருக்கும் வாழ்க்கை மாறிவிட்டது. சிலருக்குத் திருமணம் நிச்சயமாகியிருக்கிறது. வேறு சிலருக்குக் கல்யாணமாகிக் குழந்தையே பிறந்துவிட்டது. அநேகமாக எல்லோரும் கார் வாங்கிவிட்டார்கள், அல்லது வாங்கப்போகிறார்கள், பாதிப்பேர் வெளிநாடு சென்றுவிட்டார்கள், மீதிப்பேர் அடுத்த செவ்வாய்க்கிழமைக்குள் பறக்கப்போகிறார்கள். மொத்தத்தில் எல்லோரும் சாஃப்ட்வேர் வாழ்க்கையில் பரம சௌக்கியமாக இருக்கிறார்கள்.

'நீமட்டும் ஏன் மச்சி இதையெல்லாம் விட்டுட்டு இங்கே மெஷின்களுக்கு நடுவில திண்டாடிக்கிட்டிருக்கே?', என்றான் நாகராஜன், 'தப்பான முடிவு எடுத்துட்டமோ-ன்னு இப்போகூட உனக்குத் தோணலியா?'

'சான்ஸே இல்லை', என்று சிரித்தான் பாலா, 'உண்மையில, இப்பதான் நான் ரொம்பத் தெளிவா, ரொம்ப சந்தோஷமா இருக்கேன்.'

நாகராஜனும் லட்சுமணனும் ஒருவரையொருவர் திகைப்போடு பார்த்துக்கொண்டார்கள். பாலாவிடம் இப்படி ஒரு தீர்மானமான பதிலை அவர்கள் எதிர்பார்த்திருக்கவில்லை.

அவர்களுடைய குழப்பத்தைப் புரிந்துகொண்டதுபோல் புன்னகைத்த பாலா, ஒரே விழுங்கில் மீதமிருந்த பழரசத்தைக் காலி செய்தான். நாற்காலியிலிருந்து எழுந்து, மேஜை நுனியில் அமர்ந்தபடி, 'ஆரம்பத்தில, எனக்குக் கொஞ்சம் வருத்தம் இருந்தது உண்மைதான்' என்றான்.

'அதை வருத்தம்-ன்னு சொல்றதுகூடத் தப்பு, ஒரு சின்னக் குழப்பம், நம்மால இது முடியுமா-ங்கற மலைப்பு. அவ்வளவுதான். அதுக்கப்புறம், தெரியாத ஒரு விஷயத்தை, முயற்சி செஞ்சு பார்த்து ஜெயிக்கிற இந்தச் சவால் கொஞ்சம்கொஞ்சமா எனக்குப் பிடிச்சுப்போச்சு.'

'அப்போதான், நான் நிறையப் படிக்க ஆரம்பிச்சேன். பக்கோடா கட்டிவந்த துண்டுச் சீட்டில ஆரம்பிச்சு, பத்தாயிரம் ரூபாய் மேனேஜ்மென்ட் புத்தகங்கள்வரை எல்லாத்திலயும் ஏதாச்சும் ஒரு புது ஐடியா தேறுமா-ன்னு தேடினேன், புதுமையா எந்த விஷயத்தைப் படிச்சாலும், அதை நம்ம கம்பெனியில அறிமுகப்படுத்தியாகணும்ன்னு வெறிபிடிச்சமாதிரி அலைஞ்சேன்.'

'என்ன மச்சி, இதெல்லாம் புஸ்தகத்தில படிச்சுத் தெரிஞ்சுக்கற விஷயமா?', சற்றே தயக்கத்தோடு கேட்டான் நாகராஜன்.

'இல்லைதான். ஆனா, அப்போ எனக்கு வேற வழி தெரியலையே', என்றான் பாலா, 'அப்பாவுக்கு உடம்பு சரியில்லை, அவர்கிட்டே போய் யோசனை கேட்டா, அவர் இன்னும் டென்ஷனாகிடுவார். அப்பாவோட ஃப்ரெண்ட்ஸ், ஆலோசகர்கள்ன்னு எனக்கு யாரையும் தெரியாது. ஸோ, எனக்குத் தெரிஞ்ச சில நண்பர்கள் உதவியோட, இதையெல்லாம் நானே கத்துக்க முயற்சி பண்ணினேன், புஸ்தகத்தில படிச்சதையெல்லாம் உடனடியா செயல்படுத்திப்பார்க்கத் துடிச்சேன்.'

'இதெல்லாம் கேட்கிறதுக்கு நல்லாதான் இருக்கு. ஆனா, யதார்த்தத்தில சரிப்படுமா பாலா?'

'இந்த ஒரே ஒரு சந்தேகத்தினால நாம் வாழ்க்கையில எவ்ளோ

விஷயங்களைத் தவறவிட்டுடறோம் தெரியுமா?’, இப்போது பாலாவின் குரலில் தீவிரம் சேர்ந்துகொண்டிருந்தது, ‘இது சரிப்படுமா-ன்னு சந்தேகப்படற நேரத்திலே, தைரியமா அதை முயற்சி செஞ்சு பார்த்துடறது பெட்டர்ங்கறது என்னோட கட்சி.’

‘சரி, நீ முயற்சி செஞ்சாச்சு, ஆனா, அதுக்குப் பலன்?’

‘சில சமயங்கள்ல கிடைச்சது, பல சமயங்கள்ல கிடைக்கலை. ஆனா அதுக்கெல்லாம் சோர்ந்துபோய் உட்கார்ந்துகிட்டிருந்தா, ஒரே இடத்தில முடங்கிக் கிடக்கவேண்டியதுதான், காலம் நம்மைத் தாண்டிப் போய்க்கிட்டே இருக்கும்.’

‘அப்படீன்னா, இனிமே காலம்முழுக்க இந்த ஃபேக்டரிதான்-னு முடிவு செஞ்சுட்டியா?’, நாகராஜனின் கேள்வியில் கொஞ்சம் கேலி, கொஞ்சம் சவால் விடும் தோரணை.

‘ம்ஹூம், இல்லவே இல்லை’, மறுப்பாகத் தலையசைத்தான் பாலா, ’அதான் சொன்னேனே, ஒரே இடத்தில முடங்கிக் கிடக்கறது எனக்குப் பிடிக்கலை, நான் எப்பவும் அடுத்தடுத்த கட்டங்களைத் தேடிகிட்டேதான் இருக்கப்போறேன்.’

‘அப்படீன்னா?’

‘இந்தக் கேள்விக்கு ஒரே வாக்கியத்தில உடைச்சு பதில் சொல்றது சிரமம்’, என்று சிரித்தான் பாலா, ‘நிறைய திட்டங்கள் இருக்கு, உதாரணமா, இந்த ஊர்லயே சின்னதா ஒரு சாஃப்ட்வேர் கம்பெனி ஆரம்பிக்கலாமான்னு யோசிச்சுக்கிட்டிருக்கேன்.’

இதைக் கேட்டதும் லட்சுமணன், நாகராஜன் முகங்களில் படர்ந்த அதிர்ச்சி, பாலாவுக்குச் சிரிப்பு மூட்டியது, ‘ஏம்ப்பா ஷாக் ஆகறீங்க? நம்மால சாஃப்ட்வேர்ல வேலை பார்க்கமுடியும், கம்பெனி நடத்தமுடியாதா என்ன? இந்தக் கம்பெனிமாதிரியே, அதையும் இப்படி ஒரு நல்ல நிலைமைக்குக் கொண்டுவர முடியும்ங்கற நம்பிக்கை எனக்கு இருக்கு’

‘சரி, அதுக்கப்புறம்?’

‘வேற ஏதாவது ஒரு ‘அடுத்த கட்டம்’ எனக்காகக் காத்திருக்கும் மச்சி, இல்லாட்டி, நானே அதைத் தேடிக் கண்டுபிடிப்பேன்’, என்று புன்னகைத்தான் பாலா, ‘வாழ்க்கை எப்பவும் ஒரு புள்ளியில போய் நின்னுடறதில்லை. ஒருவேளை அப்படி நின்னுட்டா, அந்த விநாடியிலயே நாம செத்துப்போய்ட்டோம்ன்னு அர்த்தம், மேலே மேலே போய்க்கிட்டிருக்கிறதுதான் நாம இன்னும் உயிர் வாழறதுக்கான ஒரே சாட்சி.’

நாகராஜன், லட்சுமணனின் சங்கடமான மௌனத்தை பாலாவால் புரிந்துகொள்ள முடிந்தது. அவர்கள் நடுவே வந்து அமர்ந்தபடி, இருவர் தோள்களிலும் உரிமையோடு கை போட்டுக்கொண்டான், ‘மாசம் பொறந்தா சம்பளம், வருஷத்துக்கு ஒரு ப்ரமோஷன், இன்க்ரிமென்ட்ன்னு சின்ன வட்டம் போட்டுக்காம, என் வாழ்க்கையை சுவாரஸ்யமாவும் வெற்றிகரமாவும் அமைச்சுக்கற தந்திரம் எனக்குப் புரிஞ்சுபோச்சு, நீங்களும் ஆட்டத்துக்கு வர்றீங்களா?’

★★★

தெளிவான எழுத்தும் ஆழமான ஆய்வும் நிறைந்த நூல்களுக்காகத் தமிழ் வாசகர்களிடையில் நன்கு அறியப்பட்டுள்ள என். சொக்கன் புனைவு, வாழ்க்கை வரலாறு, நிறுவன வரலாறு, தன்னம்பிக்கை, சிறுவர் இலக்கியம் உள்ளிட்ட துறைகளில் இதுவரை எழுபதுக்கும் மேற்பட்ட நூல்கள், நூற்றுக்கணக்கான கதைகள், கட்டுரைகளை எழுதியுள்ளார். விரிவான ஆய்வுகள், சான்றுகளின் அடிப்படையிலான ஆழமான வரலாற்று நூல்களைத் தமிழில் எழுத இயலும், அவற்றைப் பெருமபான்மை வாசகர்களுக்குக் கொண்டுசேர்க்கவும் இயலும் என்பதைப் பலமுறை நிரூபித்த எழுத்து வகை இவருடையது.

தமிழ், ஆங்கிலம் ஆகிய இரு மொழிகளிலும் எழுதும் சொக்கனுடைய நூல்கள் ஹிந்தி, கன்னடம், மலையாளம் உள்ளிட்ட பல மொழிகளில் மொழிபெயர்ப்பாகியுள்ளன.

www.ingramcontent.com/pod-product-compliance
Ingram Content Group UK Ltd.
Pitfield, Milton Keynes, MK11 3LW, UK
UKHW042131021026
15589UKWH00003B/749

9 788195 673582